सिंदबादच्या 7 साहसी कथा

भीतीचा सामना कसा करावा

विकासाचे नवे मार्ग आखा

आयुष्याचा प्रवास साहसपूर्ण करा, मृत्यूपूर्वी मरू नका

सिंदबादच्या 7 साहसी कथा
भीतीचा सामना कसा करावा
विकासाचे नवे मार्ग आखा

Sindbadchya 7 Sahasi Katha
Bhiticha Samna Kasa Karava -
Vikasache Nave Marg Aakha
by **Sirshree** Tejparkhi

प्रकाशक : वॉव पब्लिशिंग्ज् प्रा. लि., पुणे

प्रथम आवृत्ती : मे २०१९
ISBN : 978-93-87696-81-5

© Tejgyan Global Foundation

All Rights Reserved 2019
Tejgyan Global Foundation is a charitable organization
having its headquarters in Pune, India.

सर्वाधिकार सुरक्षित
'वॉव पब्लिशिंग्ज् प्रा. लि.'द्वारे प्रकाशित हे पुस्तक अशा अटीवर विकण्यात येत आहे, की प्रकाशकाच्या लेखी पूर्वअनुमतीविना ते व्यापाराच्या दृष्टीने अथवा अन्य प्रकारे उसने, भाड्याने अथवा विकत, अन्य कोणत्याही प्रकारच्या बांधणीत अथवा अन्य मुखपृष्ठासह देता येणार नाही; तसेच अशाच प्रकारच्या अटी नंतरच्या ग्राहकावर बंधनकारक न करता आणि वर उल्लेखिलेल्या कॉपीराइटपुरत्या मर्यादित न ठेवता या पुस्तकाच्या कोणत्याही स्वरूपाच्या विनिमयास, तसेच कॉपीराइटधारक व वर उल्लेखिलेले प्रकाशक दोघांच्याही लेखी पूर्वअनुमतीविना इलेक्ट्रॉनिक, मेकॅनिकल, फोटोकॉपी, रेकॉर्डिंग इत्यादी प्रकारे या पुस्तकाचा कोणताही अंश पुन:प्रस्तुत करण्यास, जवळ बाळगण्यास अथवा सुधारित स्वरूपात प्रस्तुत करण्यास मनाई आहे.

'डर नाम की कोई चीज़ नहीं' या मूळ हिंदी पुस्तकाचा मराठी अनुवाद

अनुक्रमणिका

	साहसपूर्ण मार्गावरील घोष वाक्य	७
	भय नावाची कुठलीच गोष्ट नाही	
खंड १	**भित्रेपणापासून सुटका**	**१३**
	साहसाशी मैत्री	
प्रकरण १	मृत वाघापेक्षा जिवंत कुत्रा बरा	१३
प्रकरण २	तुमची साहसयात्रा	२१
	मेंदूतील विविध वाटा	
प्रकरण ३	भ्याडपणापासून सुटकेचे उपाय	२९
	फेथ फ्रेम	
खंड २	**संतोष व तुलनेपासून मुक्ती**	**३६**
	मौलिकतेशी युक्ती	
प्रकरण १	दर्यावर्दी सिंदबादची दुसरी समुद्री सफर	३६
प्रकरण २	सिंदबादची दुसरी साहसयात्रा	४१
	खडकाळ रस्ता	
प्रकरण ३	तुष्टीपासून मुक्ती मिळवण्याचे उपाय	४४
	मौलिकतेचा परिचय (भाग १)	
प्रकरण ४	तुलनेपासून मुक्ततेचे उपाय	५०
	मौलिकतेचा परिचय (भाग २)	

खंड ३	विस्कळीतपणा आणि वळण यांपासून मुक्ती एकाग्रता व सजगतेशी युक्ती	५७
प्रकरण १	दर्यावर्दी सिंदबादची तिसरी सफर	५७
प्रकरण २	तुमची तिसरी साहसयात्रा पुलावरून झिगझॅग रस्ता	६४
प्रकरण ३	फैलाव व वळण यांच्यापासून मुक्ती एकाग्रताचे मार्ग	७०
खंड ४	'जास्त-कमी'चे भ्रम आणि व्याकुळतेतून मुक्ती ज्ञानाची युक्ती	७७
प्रकरण १	दर्यावर्दी सिंदबादची चौथी सफर	७७
प्रकरण २	तुमची चौथी साहसयात्रा ज्ञानमार्गाची युक्ती	८५
प्रकरण ३	जास्त-कमीचा भ्रम आणि घालमेल यांपासून मुक्तीचे उपाय सवयीचा सदुपयोग	९०
खंड ५	कूटलेखन व विसंवादापासून मुक्ती गुरूंची शिकवण आणि भक्तीशी युक्ती	९४
प्रकरण १	दर्यावर्दी सिंदबादची पाचवी सागरी सफर	९४
प्रकरण २	तुमची पाचवी साहसयात्रा वाळवंटी आणि बर्फाळ मार्ग	९९
प्रकरण ३	कूटलेखन आणि विवादापासून मुक्तीचे उपाय रंगतक्त्याचं ध्यान	१०२

खंड ६	प्रथमदर्शनी पडणारा प्रभाव आणि निर्बलतेपासून मुक्ती ऊर्जेशी युक्ती	१०९
प्रकरण १	सिंदबादची सहावी सागरी सफर	१०९
प्रकरण २	तुमची सहावी साहसयात्रा आशेचा दिवा	११५
प्रकरण ३	प्रथमदर्शनी प्रभावातून मुक्ती प्रथम सामना – गुरूच्या समान	११९
प्रकरण ४	शक्तिहीनतेपासून मुक्ती ऊर्जेशी युक्ती	१२४
खंड ७	दुःखद भावना आणि ध्यानातून विचलित होण्यापासून मुक्ती गुरुतत्त्व आणि ध्येयाशी युक्ती	१३०
प्रकरण १	दर्यावर्दी सिंदबादची सातवी सफर	१३०
प्रकरण २	तुमची सातवी साहसयात्रा तेजआनंदाची झोळी	१३७
प्रकरण ३	दुःखद भावनांपासून मुक्ती प्रेम ड्राइव्हशी युक्ती	१४०
प्रकरण ४	लक्ष विचलित होण्यापासून मुक्ती विचारांचं कोलेस्ट्रॉल	१४८
परिशिष्ट		१५३
	मुक्ती – १ परिवर्धन (zoom) पॅटर्नपासून मुक्तता दूरस्थ-रंगहीन दृष्टिकोण	१५३

मुक्ती – २
कुदयेपासून मुक्ती १५७
प्रकाशबाण

मुक्ती – ३
त्रिगुणी सत्यापासून मुक्ती १६२
शाश्वत सत्याशी युक्ती

साहसपूर्ण मार्गावरील घोष वाक्य
भय नावाची कुठलीच गोष्ट नाही

'**म**रण्यापूर्वी मरू नका', ही या पुस्तकाची पंचलाईन वाचून तुम्हाला काय वाटलं बरं? हेच ना, की मरण्यापूर्वीच मृत्यू? हे काय असतं? मग प्रश्न हा आहे, की आपल्याला मरण्यापूर्वी मारणारी अशी कुठली गोष्ट आहे? तर ती आहे 'भय'! परंतु या पुस्तकाचं तर शीर्षकच सांगतंय, भय नावाची कुठलीच गोष्ट नसते. मग ज्या गोष्टीला मुळी अस्तित्वच नाहीये, ती गोष्ट इतकी सामर्थ्यशाली कशी बनली बरं? जी मनुष्याला मारू शकेल? याचा अर्थच स्पष्ट आहे, की अस्तित्वात नसलेल्या गोष्टीला वास्तव मानून तुम्हीच तिला ऊर्जा प्रदान करत आहात. **ज्या गोष्टीकडे लक्ष देऊन आपण ऊर्जा देतो, ती जिवंत होते.** म्हणजेच, तुमच्यामध्ये एवढी शक्ती आहे, की नसलेली गोष्ट तुम्ही निर्माण करू शकता आणि असलेली गोष्ट नष्टही करू शकता. याचा अर्थ निसर्गानं मनुष्याला धाडसाची अद्भुत शक्ती प्रदान केली आहे. पण तो मात्र अस्तित्वातच नसलेल्या 'भय'नामक गोष्टीवर आपलं सगळं लक्ष केंद्रित करून भयाला जिवंत ठेवतोय.

तुम्ही दर्यावर्दी सिंदबादच्या सात समुद्री सफरींबद्दल वाचलंय वा ऐकलंय का कधी? भयंकर संकटांनी भरलेल्या या प्रवासांमध्ये सिंदबादनं आपला जीव धोक्यात घालून, अनेक आव्हानांचा सामना केला. या साहसी प्रवासांतून मिळालेल्या जड-जवाहिरांमुळे तो अब्जाधीश बनला. अगणित संपत्ती तर त्यानं कमावलीच, त्याशिवाय धाडस व धैर्य यांची आंतरिक संपत्ती प्राप्त करून त्यानं '**भय नावाची कुठलीच गोष्ट नसते,**' हे जगाला दाखवून दिलं. मात्र एका जागी बसून ही संपत्ती मिळत नसते, त्यासाठी मैदानात उतरावं लागतं.

वाचकहो, प्रस्तुत पुस्तकात सिंदबादच्या सात समुद्री प्रवासांच्या रूपकाद्वारे तुम्हाला निर्भयतेचा परिचय करून दिला जात आहे.

हे पुस्तक तुम्हाला मनाच्या पृष्ठभागापासून मनाच्या तळापर्यंत घेऊन जाईल. तुमच्या अंतरंगात चैतन्याची अमाप संपत्ती दडलेली आहे. त्यामध्ये असंख्य हिरे-मोती-माणकं आहेत. ते तुम्हाला कमवायचे आहेत. पण त्यासाठी आधी तुम्हाला आंतरिक समुद्रात उतरावं लागेल; उंच-उंच लाटांशी सामना करावा लागेल; भरती-ओहोटी समजावून घ्यावी लागेल; समुद्राच्या अथांग खोलीत बुडी मारावी लागेल. मगच तो सागर तुमचा बनेल. कारण त्यातील खळबळीला केवळ तुम्हीच तोंड देऊ शकाल. किंबहुना, समुद्रमंथनाच्या या प्रक्रियेदरम्यान तुम्ही सागरपती बनाल. उफाळणारी प्रत्येक लाट तुम्हाला एखादा नवा संदेश देईल; नवचैतन्याच्या संपत्तीनं तुम्हाला समृद्ध करेल.

मग आता तुमच्यासाठी हा प्रश्न आहे- सिंदबादप्रमाणे नवनव्या वाटा चोखाळण्याची तुमची तयारी आहे काय? तुमचा होकर असेल, तर निघूया सत्-मार्गावर. **सत्-मार्ग म्हणजे असा मार्ग, ज्यात सर्व जुन्या वाटा विलीन व्हाव्यात; जुन्या सवयी वाहून जाव्यात आणि नव्या प्रकारे विचार करण्याची सवय तुमच्यात विकसित व्हावी.**

मात्र इच्छा असूनही मनुष्य आपल्या जुन्या प्रवृत्तीतून आणि पूर्वीच्या प्रभावांतून बाहेर पडू शकत नाही, ही मनुष्यात एक मोठी उणीव आहे. त्याच्या मेंदूत अगोदरच बनलेले रस्ते त्याला परिवर्तन करूच देत नाहीत. हे आहेत जुने रस्ते! मनुष्याच्या शरीराची कार्यप्रणालीच अशी आहे, की आजवर मिळालेली सुरक्षाच त्याला टिकवून ठेवायची असते. जीवनातील अनुभवांतून मेंदूत बनलेल्या सुरक्षित रस्त्यांना सोडून जाण्याची त्याची इच्छा होत नाही. एखादा नवीन विचार आला, किंवा एखादी सवय बदलायची म्हटलं, की मन लगेच त्याला विरोध करतं.

तुमच्या आत दूर-दूरपर्यंत मनाचा सागर पसरलेला आहे. त्याच्या उदरात एक खजिना दडलेला आहे. मन जोवर बंद आहे, म्हणजे संकुचित आहे, तोवर या खजिन्याची (मनाच्या संपूर्ण सामर्थ्याची) जाणीव होत नाही. खुल्या मनाद्वारेच आश्चर्यजनक कामं केली जाऊ शकतात. खुलं मनच नवनव्या कल्पनांसाठी ग्रहणशील असतं. तुमचं मन काहीतरी वेगळा आणि सकारात्मक प्रतिसाद देण्याइतपत खुलं नसेल, त्यात तितकी लवचिकता नसेल, तर **विचारांची ब्लड-टेस्ट करून घेण्याची** आवश्यकता आहे, असं समजायला हवं.

होय! विचारांची ब्लड-टेस्ट! नवल वाटलं ना हे वाचून? पण आज हे जाणून घ्या, की विचारांचीदेखील ब्लड-टेस्ट करावी लागते. अन्यथा विचार दूषित झाले, तर तुमच्या शुद्ध, सरळ, सहज अवस्थेची नासधूस करून नवनिर्माण करण्यापासून ते तुम्हाला रोखू शकतात.

म्हणजेच, विचारांमध्ये द्वेष, ईर्ष्या, तिरस्कार, वासना, भय, लोभ अथवा अहंकाराचा व्हायरस (विषाणू) घुसला, तर विचारांचं रक्त दूषित होतं. त्याचा थेट परिणाम तुमच्या मानसिक स्वास्थ्यावर होतो. ज्याप्रमाणे रक्त शरीरात वाहतं, त्याचप्रमाणे विचारही शरीराच्या प्रत्येक भागास प्रभावित करतात. रक्त तर केवळ शारीरिक अवयवांतून वाहतं, परंतु विचारांच्या लहरी शरीरात, मनात व मेंदूत वाहत असतात. त्यामुळे आपलं विचाररूपी रक्त नकारात्मक संसर्गापासून वाचवणं अत्यावश्यक आहे. हे रक्त शुद्ध ठेवू शकलात, तर तुम्ही तुमची महत्तम क्षमता साकारू शकाल. अन्यथा नकारात्मक विचारांची आणि विकारांची भेसळ शारीरिक व मानसिक स्वास्थ्य दूषित करतीलच, शिवाय नवे मार्ग अंगीकारण्यातदेखील बाधा उत्पन्न होईल.

निसर्गाचं सुरक्षाकवच

जुन्या वाटांवरून चालत राहणं, हे एक निसर्गनिर्मित सुरक्षाकवच आहे. शरीराचं रक्षण करण्यासाठी निसर्गानं हे सुरक्षाकवच बनवलेलं आहे. त्यामुळं मनुष्याला नव्या सवयी अंगीकाराव्याशा वाटत नाहीत. पण नव्या वाटादेखील सुरक्षित असू शकतात आणि आयुष्याच्या अखेरपर्यंत नवनव्या वाटा तयार केल्या जाऊ शकतात, हा विश्वास मनुष्याच्या मनात जोपर्यंत उत्पन्न होत नाही, तोपर्यंत जुन्या चाकोरीतूनच चालणं मनुष्य इष्ट समजतो.

आपली सर्वोत्तम क्षमता साकारण्याचं सामर्थ्य केवळ मनुष्यातच आहे. परंतु सुरक्षा मिळते, तेव्हा तो मनानं ताठर (रिजिड) होत जातो आणि आपल्या मनोवृत्ती सोडू इच्छित नाही. मात्र आता तुम्हाला हे तथाकथित सुरक्षा कवच तोडून टाकायचं आहे. नव्या सवयी अंगीकारून एक नवं सामर्थ्य जागवायचं आहे. असं करत असताना जुन्या रस्त्यांवरून आवाज येईल, काय गरज आहे हे सगळं करण्याची? चांगलं सुरळीत जीवन चाललंय, काही करायचं असलंच, तर उद्या करूया. या सगळ्या गोष्टी इतक्या नकळत, आपोआप घडतात, की ती जुन्या मार्गांची, म्हणजे भयाची हाक आहे, हे मनुष्याला जाणवतही नाही. मग ज्या वाटांवरून आपण सदोदित ये-जा करत राहतो, तो हळूहळू हमरस्ता बनतो. त्यानंतर त्याच रस्त्यांवरून चालत राहणं आपल्याला उत्तम आणि आरामदायी वाटू लागतं.

मनुष्याची एक सर्वोच्च विकसित अवस्था असते आणि तिथवर पोहोचण्यासाठी नवनवे रस्ते बनवत राहावे लागतात, हे ज्याला कळलं, तो प्रयोगशील राहतो. पुनःपुन्हा सराव केल्यानं जो रस्ता बनतो, तोच आहे मुक्तीचा मार्ग! त्याला स्वतःच्या आतच शोधायचं असतं, कुठं बाहेर नव्हे. कारण **आपल्या आतच सर्व काही उपलब्ध आहे. केवळ अज्ञानाच्या झुडपांमागे तो रस्ता लपलेला असतो इतकंच!**

'रोड लेस ट्रॅवल्ड' हा वाक्यप्रयोग तुम्ही ऐकलाच असेल. म्हणजे असे रस्ते, ज्यांवर अत्यंत कमी लोक चाललेले आहेत. कमी चलनवलन असल्यानं अशा रस्त्यांवर काटेरी झुडपं उगवतात आणि मग तो रस्ता दिसेनासा होतो. पण तिथं रस्ता असल्याचं आणि तेथूनच चालत जायचं आहे हे तुम्हाला माहीत असतं. सुरुवातीला थोडा त्रास होतो खरा, फार दक्षही राहावं लागतं. पण नियमितपणे, दीर्घकाळ त्या रस्त्यावर चालत राहिल्यानं झाडी हटते आणि रस्ता स्पष्ट दिसू लागतो. अगदी अशाच प्रकारे तुम्हाला स्वतःमध्ये असे मार्ग बनवायचे आहेत, शोधायचे आहेत. या कार्यात पुस्तकातील ही प्रतीकं (symbols) आपल्याला साहाय्यक ठरतील.

प्रारंभी मनुष्य नवे मार्ग सहजासहजी स्वीकारत नाही. त्या रस्त्यावर चालण्याची अनुमती तो स्वतःला देत नाही. त्याचबरोबर आपल्या जुनाट विचारांना ओळखूही शकत नाही. मात्र हे वाचून आज आपण प्रशिक्षित होत आहात. सदैव जागृत राहून स्वतःच्या विचारांना जाणून घेणं शिकत आहात.

चला, आता भेकडपणाच्या जुन्या रस्त्यांवरून आलेले काही विचार जाणून घेऊया :

१. इतकी घाई कशाला? काम होईल की सावकाश!

२. इतकं काम माझ्या एकट्याकडून नाही होणार रे बाबा!

३. मला कुठलीच जोखीम घ्यायची नाहीये; अपयश मिळालं तर?

४. रोज रोज व्यायाम कोण करेल? जास्त थकून शरीर अशक्त बनलं तर?

५. स्पर्धांमध्ये भाग घेऊन स्टेजवर जाणं मला नाही जमणार!

६. नशिबात असेल, तेच होईल. मग उगाच श्रम का घ्यायचे?

७. समस्या सोडवण्यासाठी मी स्वतःहून काहीच नाही करणार.

८. चाकोरी सोडून मला काहीच करायचं नाही.

९. मी असाच आहे; स्वभावाला औषध नसतं.

१०. हे जग चांगुलपणाचं नाहीये. भलाईचा जमानाच नाही राहिला.

आता तुम्हाला जुन्या रस्त्यांवरून येणाऱ्या अशा प्रकारचे आवाज ओळखायचे आहेत. त्याचबरोबर, स्वतःचा मार्ग निवडून त्यावर वाटचाल करायची आहे. पण एक गोष्ट लक्षात ठेवा - **दुसऱ्यांची निवड पाहून आपली निवड बदलू नका.** कित्येकदा आपण इतरांच्या चुका पाहून आपला मार्ग बदलतो. दुसऱ्यांची निवड पाहून आपली निवड बदलतो. पण तसं न करता, **सत्-मार्ग हाच तुम्ही निवडलेला मार्ग** आहे, हे ठामपणे लक्षात ठेवा.

तुम्हालाही पुस्तकातील प्रतीक विद्ये (power of symbology)च्या साहाय्याने नवे मार्ग निवडून सिंदबादप्रमाणेच साहसपूर्ण प्रवास करायचा आहे. साहसपूर्ण मार्गाची घोषणा करतच हे सिद्ध करायचं आहे, की भय नावाची कुठलीच गोष्ट नसते. पण हा प्रवास बाहेर करायचा नसून मेंदूच्या आत करायचा आहे. **मनाच्या आत सत्-मार्ग बनला, तर बाहेर आपोआप नवा राजमार्ग दृष्टीस पडेल.**

चला तर मग, निडरता आणि विश्वास यांना सोबत घेऊन, प्रयाण करू या दर्यावर्दी सिंदबादसोबत, सत्-मार्गी क्षितिजाकडे...

...सरश्री

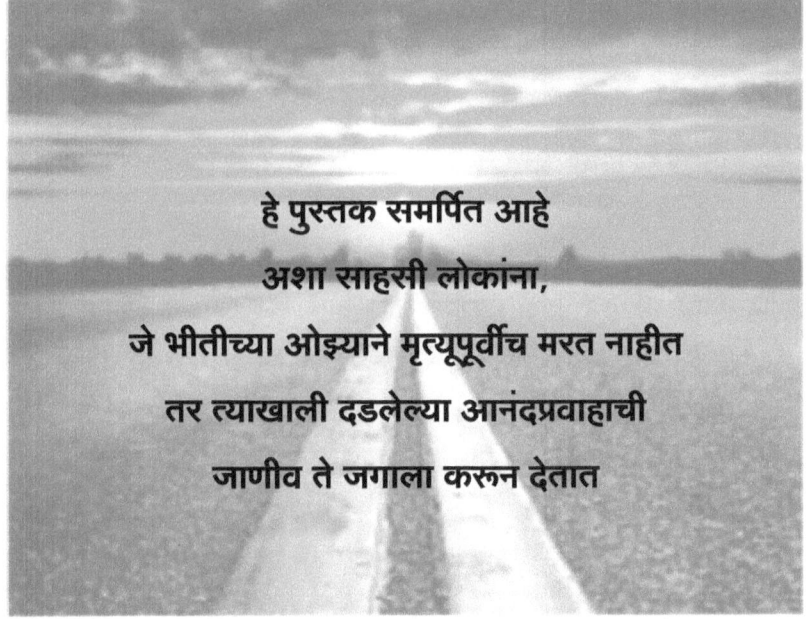

हे पुस्तक समर्पित आहे
अशा साहसी लोकांना,
जे भीतीच्या ओझ्याने मृत्यूपूर्वीच मरत नाहीत
तर त्याखाली दडलेल्या आनंदप्रवाहाची
जाणीव ते जगाला करून देतात

या पुस्तकाचा लाभ असा घ्यावा

प्रस्तुत पुस्तक दर्यावर्दी सिंदबादच्या गोष्टीच्या माध्यमातून तुमच्यामध्ये धाडस आणि धैर्य यांचं बीज अंकुरित करण्यासाठी लिहिलं गेलंय. मग त्यावर अंमल करून त्या बीजांना सिंचन देऊ या, म्हणजे तुमच्या मनाच्या तळाशी धाडसरूपी पीक डोलू लागेल. या पुस्तकाचा सर्वाधिक लाभ घेण्यासाठी कृपया खालील सूचनांचं पालन करा :

१. प्रत्येक विभागाच्या पहिल्या प्रकरणात सिंदबादच्या एका सफरीची गोष्ट लिहिलेली आहे. दुसऱ्या प्रकरणात त्या गोष्टीत दडलेला आध्यात्मिक अर्थ उलगडून दाखवला आहे. म्हणून पहिल्या प्रकरणातील गोष्ट लक्षपूर्वक वाचा, म्हणजे तुम्हाला गोष्टीत गुंफलेल्या घटनांचा अर्थ व्यवस्थित समजून घेता येईल.

२. या घटनांमधील गुप्त अर्थ वाचून अनायासेच तुम्हाला तुमच्या जीवनातील घटनांचा अर्थ लागेल. हेच या पुस्तकाचं सुंदर वैशिष्ट्य आहे.

३. प्रत्येक विभागाच्या तिसऱ्या प्रकरणात मानवी मनाच्या विकारांविषयी विस्तृतपणे लिहिलंय. यातील कुठल्या विकारांवर तुम्हाला काम करायचं आहे, हे तुम्हीच ठरवायचं आहे.

४. त्यापुढे या विकारांपासून सुटका करून घेण्याची युक्ती दिलेली आहे. ही युक्ती वापरून तुम्ही सर्व विकारांपासून मुक्त होऊ शकता.

५. या पुस्तकाचा सर्वांत महत्त्वाचा आणि रचनात्मक पैलू म्हणजे यामध्ये प्रतीक-विद्या (symbology) शिकवलेली आहे. प्रत्येक प्रकारच्या मुक्तीसाठी चित्राच्या स्वरूपात एक प्रतीक मांडलेलं आहे. या चिन्हावर ध्यान करून तुम्हाला मनाचे नवे प्रोग्रामिंग करायचे आहे.

६. प्रत्येक विभागाच्या अखेरीस एक ध्यानविधी दिला आहे. त्यातून तुम्हाला मुक्तीची युक्ती गवसेल.

खंड - १

भित्रेपणापासून सुटका
साहसाशी मैत्री

प्रकरण १

मृत वाघापेक्षा जिवंत कुत्रा बरा

खलिफा हारुन-अल-रशीदच्या कारकिर्दीत बगदाद शहरात हिंदबाद नामक एक हमाल राहत असे. ओझी उचलून तो गुजराण करत असे. कडक ऊन असो, की पाऊस, त्याचं काम कधी थांबत नसे. एकदा तो जड ओझं घेऊन शहराच्या एका भागापासून दुसऱ्या भागाकडे चाललेला होता. त्या दिवशी अतिशय उकाडा होता. सामानाचं वजन खूप जास्त असल्यानं त्यानं विचार केला, आज एखाद्या नव्या रस्त्यानं जाऊया; कदाचित तो रस्ता अधिक सुकर असेल. म्हणून त्यानं नेहमीचा रस्ता सोडून एक नवा रस्ता निवडला आणि चालू लागला आपल्या ध्येयाच्या दिशेनं...

नवीन रस्त्यावरून अनेक लहान-मोठे गल्लीबोळ पार करत तो चाललेला होता. जरा वेळानं थोड्या विश्रांतीसाठी तो कुण्या व्यापाऱ्याच्या बंगल्यासमोर

थांबला. तेव्हा त्याला इमारतीतून येणाऱ्या मधुर संगीतलहरी ऐकू आल्या. विश्रांती घेत त्यानं खोल श्वास घेतला, तेव्हा त्याला हवेसोबत एक मधुर सुवास आला. मग तो इकडं-तिकडं डोकावू लागला. तेव्हा त्याला समोरच एक विशाल प्रवेशद्वार दिसलं. रंगीत, आकर्षक पेहराव केलेले अनेक लोक त्या द्वारातून ये-जा करत होते. ते पाहून त्याची उत्सुकता अधिकच बळावली, म्हणून त्यानं दरवाजातून डोकावून पाहिलं. तेव्हा आतमध्ये त्याला एक भव्य बाग दिसली. तिच्यातील सुंदर-सुंदर फुलांचा सुगंध सर्वत्र दरवळत होता. वृक्षांवरील रंगीबेरंगी पक्षी किलबिलाट करत होते. अशा प्रकारे इतक्या बाह्याकर्षणांमुळे हिंदबादची सगळी इंद्रियं उत्फुल्लित झाली.

आता त्याची उत्सुकता शिगेला पोहोचली होती. म्हणून तिथून जाणाऱ्या एका व्यक्तीला हिंदबादनं विचारलं, ''हा बंगला कुणाचा? याचा मालक कोण आहे? आणि इथं काय चाललंय?''

उत्तरादाखल ती व्यक्ती म्हणाली, ''आश्चर्य आहे, इथला रहिवासी असूनही तुला माहीत नाहीये? हा बगदादच्या सर्वांत प्रसिद्ध व सर्वांत श्रीमंत मनुष्याचा बंगला आहे.''

''कोण आहे तो? नाव काय त्याचं?'' उत्सुकतेनं हिंदबादनं विचारलं.

ती व्यक्ती उत्तरली, ''त्याचं नाव आहे, दर्यावर्दी सिंदबाद. तो लक्षाधीश नव्हे, तर कोट्यधीश आहे.''

ते नाव ऐकताच हिंदबादनं आपले दोन्ही हात आकाशाच्या दिशेनं वर केले आणि ईश्वराला दूषणं देत तो म्हणू लागला, ''हे जगाच्या निर्माणकर्त्या व पालनकर्त्या देवा, हा किती मोठा अन्याय आहे! काय फरक आहे आम्हा दोघांत? त्याचं नाव सिंदबाद आणि माझं हिंदबाद. केवळ 'स'आणि 'ह'चाच तर फरक, पण आम्हा दोघांच्या नशिबात मात्र आकाश-पाताळाचा फरक करून ठेवलायस तू! एक श्रीमंत, तर दुसरा भिकारी. अरे देवा, हा अन्याय कशामुळे? मी किती दीन, गरीब, हताश माणूस आहे. कसेबसे दोन घास मिळवण्यासाठी मला लोकांची ओझी उचलावी लागतात आणि तो मात्र आरामात मिष्टान्न खातोय. निरनिराळ्या सुवासांनी त्याचा बंगला दरवळून गेलाय. जीवनातील सारी सुखं त्याच्या पायाशी लोळण घेताहेत आणि मी मात्र रात्रंदिवस परिश्रम करून कसाबसा माझ्या मुलाबाळांचं पोट भरतोय. देवा, तू हे चुकीचं केलंस. असं का केलंस माझ्याशी? पण आता तक्रार तरी काय करू? माझ्याच कर्मांचं फळ म्हणून माझं नशीब असं फुटकं असेल. सिंदबादनं खचितच खूप पुण्य केलं असेल, म्हणून त्याचं नशीब फळफळलंय.''

अशीच काहीशी बडबड करत हिंदबाद आपलं सामान उचलून चालू लागला, तेवढ्यात बंगल्यातून एक सेवक बाहेर येऊन त्याला म्हणाला, ''मालकांनी तुम्हाला बोलावलंय. कृपया आत चला.'' हे ऐकून सिंदबाद चकित झाला. त्याला भीती वाटू लागली, की ''मी ईश्वराकडे हात पसरून तक्रार करत होतो, ते बंगल्यातून सिंदबादनं ऐकलं तर नसावं? आता मला नक्की याची शिक्षा भोगावी लागणार.''

भीत-भीतच हिंदबाद म्हणाला, ''मी नाही येणार. कारण मला हे सामान एका जागी पोहोचवायचं आहे. खरंच मला वेळ नाहीये, उशीर होतोय मला...''

तेव्हा सेवक म्हणाला, ''सामानाचं आम्ही पाहून घेऊ. तुम्ही अगोदर आत तर चला.''

तेव्हा हिंदबादनं खूप आढेवेढे घेतले, परंतु त्याचं काहीच चाललं नाही.

सेवक हिंदबादला एका विशाल दालनात घेऊन गेला. अनेक लोक तिथं जेवण करत होते. नानाविध पक्वान्नांनी टेबल सुशोभित झालेला होता आणि त्या सर्वांच्या मध्यभागी एक रुबाबदार, श्रीमंत मनुष्य बसलेला होता. त्याच्यामागे तैनातीला सेवकांचा एक मोठा समूह हात बांधून उभा होता. इतकं ऐश्वर्य पाहून हिंदबाद घाबरून गेला. त्यानं लवून त्या श्रीमंत माणसाला सलाम केला. हिंदबादच्या फाटक्या व मळक्या कपड्यांकडे लक्ष न देता सिंदबादनं प्रसन्नतेनं त्या सलामाचं उत्तर दिलं आणि त्याला आपल्या उजव्या बाजूस बसवून त्याच्यासमोर स्वादिष्ट भोजन व मदिरा सादर केली.

मग सिंदबादनं सौजन्यानं हिंदबादला विचारलं, ''तुझं अरबी नाव काय आहे? मला आणि इथं उपस्थित असलेल्या सर्वांना तुझ्या आगमनामुळे खूप आनंद झालाय. तू मघाशी गल्लीत बसल्या-बसल्या जे काही बोलला होतास, ते आता पुन्हा एकदा तुझ्या तोंडून ऐकायची माझी इच्छा आहे.''

हिंदबाद मघाशी बाहेर जिथं बसला होता, तो भाग सिंदबादच्या खोलीशी संलग्न होता. त्यामुळे हिंदबाद रागाच्या भरात जे काही बोलून गेला, ते सगळं त्यानं उघड्या खिडकीतून ऐकलं होतं.

शरमेनं मान खाली घालून हिंदबाद म्हणाला, ''मालक, थकवा आणि उकाड्यामुळे माझं डोकं त्यावेळी ताळ्यावर नव्हतं. त्यापायी तोंडून भलतंसलतं काहीतरी निघून गेलं. पण या सभेत पुन्हा ते बोलण्याचा अपराध मी करणार नाही. कृपया माझा अपराध पोटात घ्यावा, मालक.''

सिंदबाद म्हणाला, "बंधू, मी काही दुष्ट नाही, की कुणाचं काही मुद्दाम नुकसान करेन. तुझ्या बोलण्याचा मला राग आलेला नाही, उलट दयाच येतेय आणि आता तुझी ही स्थिती पाहून दुःख होतंय. तेव्हा तू घाबरू नकोस, मी तुला कोणतीही शिक्षा करणार नाहीये. मी तर फक्त तुझ्या प्रश्नाचं उत्तर देऊ इच्छितो. बंधू, तू बाहेर जे काही म्हणालास, त्यातून तुझं अज्ञान दिसलं. ही सारी संपत्ती, हे ऐश्वर्य काही न करताच विनासायास मला मिळालं, असं वाटतंय का तुला? पण तसं मुळीच नाहीये."

"तू ईश्वराकडे तक्रार करत होतास, की तुझ्यावर अन्याय झालाय; नशिबानं सिंदबाद इतका श्रीमंत झालाय पण तसं नाहीये. तुला वाटत असेल, की ही श्रीमंती मला सोन्याच्या ताटात वाढून मिळालीये. पण माझ्या जीवनात कोणकोणत्या भयानक घटना घडल्यात, याची तुला कल्पना नाहीये. जगात असतील-नसतील ती सारी दुःखं मी भोगलीयेत. तू म्हणत असशील, तर मी सारं सांगतो, म्हणजे तुझ्या प्रश्नांची उत्तरं तुला मिळतील."

हे बोलणं ऐकून हिंदबाद चकित झाला.

तो म्हणाला, "होय, नक्कीच. मला तुमच्या जीवनातील घटना ऐकायच्या आहेत."

सिंदबादनं अन्य पाहुण्यांकडे पाहिलं. त्यांनीही ते ऐकण्यात रुची दर्शवली.

मग आपली गोष्ट सांगण्यास सिंदबादनं आरंभ केला -

"माझं बालपण एका आलिशान महालात गेलं. माझे वडील धनाढ्य होते. त्यांच्या पश्चात मी त्यांची सगळी संपत्ती खाण्यापिण्यात, चैनीत आणि हिंडण्याफिरण्यात उडवून टाकली. मग एके दिवशी माझ्या चुकीची मला जाणीव झाली. वडील मला नेहमी तीन गोष्टी सांगत; त्या माझ्या चांगल्याच लक्षात होत्या :

पहिली गोष्ट– मृत वाघापेक्षा जिवंत कुत्रा बरा.

दुसरी गोष्ट– महालात राहण्यापेक्षा कबरीत राहिलेलं बरं.

तिसरी गोष्ट– जन्मदिनापेक्षा मृत्युदिन बरा.

"या तिन्ही गोष्टींचा अर्थ मला उमगलेला नव्हता, पण त्या मात्र खचितच लक्षात होत्या. या तिन्ही गोष्टींवर मी खूप चिंतन केलं, की वडील यांतून नेमकं काय सांगू इच्छित होते? मी मनोमन माझ्या दुर्दशेवर रडत राहिलो. अखेरीस माझी निर्धनता सहन

करण्यापलीकडे गेली, तेव्हा मी उरलंसुरलं सामान विकून टाकलं. त्यातून मिळालेले पैसे घेऊन मी सागरी व्यापाऱ्यांकडे गेलो आणि म्हणालो, मलापण व्यापार करायचा आहे. त्यांनी मला व्यापाराविषयी मोलाचं मार्गदर्शन केलं. त्यानुसार मी व्यापारासाठी काही खरेदी केली. भाडं देऊन एका जहाजावर ते सामान लादलं आणि स्वतःही जहाजावर चढलो. अशा प्रकारे माझा व्यापारी प्रवास सुरू झाला.

"जलमार्गानं मी निघालो होतो. या मार्गावर मला माझ्या एका मोठ्या विकारापासून, म्हणजे **भित्रेपणापासून मुक्ती** मिळाली. या माझ्या पहिल्या सफरीमध्ये अनेक भयंकर घटना घडूनही मी जिवंत परतू शकलो. शिवाय हा अनुभव माझ्या मनावर कायमस्वरूपी कोरला गेला. त्यानंतर मी प्रवास करणं सुरूच ठेवलं. खरंतर मी सुरक्षित राहू शकत होतो, तरीदेखील मी काही साहसी प्रवास केले. या प्रवासांनी मला शिकवलं, की भय नावाची कुठली गोष्ट नसतेच मुळी!

"कबरीत राहिल्यासारखं जगणं आता माझ्यासाठी जणू एक खेळ बनला होता. माझे वडील मला काय मार्गदर्शन करू इच्छित होते, हे मला आता समजू लागलं होतं. धाडसीपणानं मृत्यूला आलिंगन देणं, एखाद्या उद्दिष्टासाठी मरणास सामोरं जाणं, बलिदान करणं, ही शिकवण वडील देऊ इच्छित होते.

"मग मी त्या जहाजातून एका बेटावरून दुसऱ्या बेटावर, एका सागरातून दुसऱ्या सागरात, एका देशातून दुसऱ्या देशात जाऊन सामानाची खरेदी-विक्री करत राहिलो.

"एके दिवशी आमचं जहाज शिडं उभारून चाललेलं होतं. तेव्हा आम्हाला समोर एक हिरवाईनं नटलेलं सुंदर बेट दिसलं. कप्तानानं शिडं उतरवून घेतली आणि नांगर टाकून तो म्हणाला, 'ज्यांची इच्छा असेल, ते लोक जाऊन या बेटावर हिंडून येऊ शकतात. म्हणून मी आणि जहाजावर बसून-बसून कंटाळलेले अन्य व्यापारी असे काही लोक खाण्याचं सामान घेऊन एका नावेतून त्या बेटाकडे निघालो. तिथं उतरून आम्ही खाण्याचं सामान ठेवलं आणि जेवण बनवायच्या तयारीला लागलो. पण चूल पेटवताच जमीन हलायला लागली. आम्ही सारे घाबरून गेलो, तेवढ्यात जहाजाच्या मालकानं हाक मारली, 'सर्वजण आपला जीव वाचवून लगेच जहाजात परत या; हे कुठलं बेट नाहीये - हा तर एक महाकाय मासा आहे. दीर्घकाळ स्थिर राहिल्याने त्याच्यावर माती साचलीये आणि त्यावर झाडी-झुडपं उगवलीत, त्यामुळे हा मासा एखाद्या बेटासारखा भासतोय. लाकडं पेटवताच त्या उष्णतेनं तो मासा हलू लागलाय आणि लवकरच तो आता समुद्राच्या आत जाईल.'

''कप्तानाचं बोलणं ऐकून सगळे प्रवासी आपापलं सामान तिथंच सोडून पळत-पळत जहाजात येऊन बसले. परंतु काही प्रवासी वेळेत जहाजाकडे परतू शकले नाहीत. बेटाच्या रूपातला तो मासा जागेवरून हलत-डुलत हळूहळू समुद्राच्या उदरात गडप झाला. मीदेखील जहाजापर्यंत पोहोचू शकलो नाही आणि पाण्यात गटांगळ्या खाऊ लागलो. सरपण म्हणून आणलेलं एक लाकूड केवळ माझ्या हातात होतं. बस्स! त्याच्याच आधार घेऊन मी सागरात पोहत राहिलो. मी जहाजापर्यंत पोहोचण्याच्या अगोदरच नांगर उचलून घेऊन ते जहाज निघून गेलं होतं.

''मी एक संपूर्ण दिवस व एक संपूर्ण रात्र त्या अथांग पाण्यात पोहत राहिलो. थकव्यामुळे मी निःष्प्राण झालो होतो. पोहण्यासाठी हात-पाय मारण्याचीही ताकद आता उरली नव्हती. खरंतर मी बुडालोच असतो, पण तितक्यात एका मोठ्या समुद्री लाटेनं मला किनाऱ्यावर आणून फेकलं. तथापि तो किनारा सपाट नव्हता; एका मोठ्या उतारावर होता. मोठ्या मुश्किलीनं, कसाबसा धडपडत, वृक्षांच्या मुळांचा आधार घेतच मी वर पोहोचलो आणि प्रेतासारखा जमिनीवर पडून राहिलो.

''सूर्योदय झाल्यानंतर मात्र भुकेनं मी व्याकूळ झालो. पायातलं त्राण तर केव्हाच नाहीसं झालं होतं, म्हणून गुडघ्यांवर रांगत-रांगत पुढं सरकू लागलो. सुदैवानं थोड्याच अंतरावर गोड्या पाण्याचा एक झरा आढळला. त्यातील पाणी पिऊन जीवात जीव आला. आसपास शोधून मी काही गोड फळं आणि खाण्यायोग्य झाडपाला खाऊन पोट भरलं. आता शरीरात थोडी ऊर्जा आली आणि मी चालण्या-फिरण्यास योग्य झालो.

''एके दिवशी त्या बेटावर भटकत असताना मला एक विचित्र घोडी दिसली. मी तिला स्पर्श करताच ती रडू लागली. त्या दरम्यान तिथल्या भुयारातून एक मनुष्य निघाला आणि मला विचारू लागला, 'तू कोण आहेस? कोठून आलास आणि इथं का आलास?'

''मी म्हणालो, 'मालक, मी परकीय आहे. मी जहाजातून व्यापारासाठी निघालो होतो. एका अपघातात माझे बहुतांश सहकारी पाण्यात बुडाले. पण अल्लाहनं मला वाचवलं आणि मी इथं येऊन पोहोचलो.'

''हे ऐकल्यावर माझा हात पकडून तो मला जमिनीखालील एका भुयारात घेऊन गेला. तिथं त्यानं मला खाऊ-पिऊ घातलं. जेवण झाल्यावर माझी संपूर्ण कथा मी त्याला सविस्तर सांगितली. मग मी त्याला तो जमिनीखालील भुयारात का राहत होता आणि ती घोडी कोण होती, असं विचारलं.

"तेव्हा तो म्हणाला, 'आम्ही अगोदर या बेटावर राज्य करायचो. आम्ही सर्वजण बादशाह मिहिर्जानच्या घोड्यांची देखभाल करणारे आहोत आणि या सगळ्या जनावरांची काळजी घेतो. दर पंधरवड्याला आम्ही या घोड्या इथं बांधून ठेवतो. त्यामुळं सागरी घोडे त्यांच्याकडे आकर्षित होतात. मग त्यांच्यापासून पैदास झालेली जनावरं दुर्मीळ असल्याने ती विकून आम्ही पैसा कमावतो. मी तुमची भेट आमच्या राजाशी घालून देऊ शकतो.'

"त्या दरम्यान अनेक सागरी घोडे समुद्रातून अवतीर्ण झाले आणि त्यांनी सगळ्या अश्वमाद्यांना घेरून टाकलं. त्यानंतर मला तो त्याच्या बादशाहला भेटण्यासाठी घेऊन गेला.

"बादशहांनी माझं स्वागत केलं. मी त्यांना माझी कर्मकहाणी सांगितली. त्यावर त्यांनी मला त्यांच्या बंदरावर सामान उतरवण्याचं काम दिलं. बादशहांच्या दयेमुळे मला तिथं राहण्याची अनुमती मिळाली, पण खरं तर मला तिथं राहायचंच नव्हतं. मी नेहमी तिथल्या लोकांना बगदादला जाण्याचा मार्ग विचारत असे. पण तिथं कुणाला ना बगदाद ठाऊक होतं, ना तिकडं जाण्याचा मार्ग!

"एक दिवस मी त्या शहराच्या बंदरावर उभा होतो. तेवढ्यात तिथं एका जहाजानं नांगर टाकला. जहाजातून कित्येक व्यापारी अनेक वस्तूंचे गाठोडे घेऊन उतरले. अचानक एका गाठोड्यावर माझी दृष्टी पडली. त्यावर माझं नाव लिहिलेलं होतं. मी जहाजाच्या कप्तानाकडे गेलो. मी त्याला विचारलं, 'हे बेवारस दिसणारं गाठोडं कुणाचं?'

"तो म्हणाला, 'आमच्या जहाजावर बगदादचा एक सिंदबाद नावाचा व्यापारी होता. पण एका अपघातात तो समुद्रात बुडून मरण पावला. हे त्याचंच गाठोडं आहे. आता मी ठरवलंय, की या गाठोड्यातलं सामान विकून त्यातून मिळालेले पैसे सिंदबादच्या परिवाराकडे पोहोचते करेन.'

"मी रडत-रडत त्याला आलिंगन दिलं आणि म्हणालो, 'मालक, ज्या सिंदबादला तुम्ही मेलेलं समजताय, तो तर मीच आहे. माझंच नाव दर्यावर्दी सिंदबाद आहे. शिवाय हे गाठोडं आणि यासोबतचं अन्य सामानही माझंच आहे.'

"त्यावर तो म्हणाला, 'फार चलाख आहेस, माझ्या माणसाचं सामान हस्तगत करण्यासाठी स्वतः सिंदबाद बनलास? चेहऱ्यावरून तर तसा भोळा दिसतोस, पण इतकी मोठी लबाडी करायचं तुला काय कारण? मी स्वतः सिंदबादला बुडताना पाहिलंय.

आणखीही कित्येक व्यापारी याचे साक्षीदार आहेत. तुझ्या बोलण्यावर मी विश्वास कसा ठेवू?'

"कारण माझं रूपडं पूर्णपणे बदललेलं होतं. इतक्या दिवसांतील संकटं आणि चिंता यांनी माझं रंगरूप बदलून टाकलं होतं. दाढी वाढलेली होती आणि उन्हात काम करून रंगही काळा पडला होता. त्यामुळे कप्तानानं मला ओळखण्यास नकार दिला. मग मी जहाजावर घडलेल्या सगळ्या जुन्या घटना एक-एक करून सांगितल्या आणि त्या महाकाय माशाबद्दलही सांगितलं. माझं बोलणं ऐकून त्यानं मला लक्षपूर्वक बघितलं आणि अन्य व्यापाऱ्यांनाही जवळ बोलावलं. थोड्याच वेळात सर्वांनी मला ओळखलं. त्यानंतर ते म्हणाले, 'खरोखर हा सिंदबादच आहे.'

"नवं जीवन मिळाल्याबद्दल सर्वांनी माझं अभिनंदन केलं आणि ईश्वराचे आभार मानले. कप्तानानं मला मिठी मारून म्हटलं, 'ईश्वराची कृपा म्हणून तू जिवंत राहिलास. आता तुझं हे सामान तू घे आणि त्याची जशी विक्री करायची असेल, तशी तू कर.'

"मी माझ्या सामनातील काही उंची व बहुमूल्य वस्तू बादशहांना नजराणा म्हणून दिल्या.

"बादशाहांनी विचारलं, 'तुला या मौल्यवान वस्तू कुठे मिळाल्या?'

"मी त्यांना संपूर्ण हकिकत सांगितली. ती ऐकून ते अतिशय प्रसन्न झाले आणि त्यांनी मला जाण्याची अनुमती दिली. अशा प्रकारे जहाजात बसून मी माझ्या शहरी, म्हणजे बगदादला परतलो आणि माझा पहिला प्रवास इथेच संपला."

सिंदबादच्या पहिल्या सफरीचा वृत्तांत ऐकून हिंदबाद चकित झाला. तो सिंदबादविषयी भलताच विचार करत होता पण वास्तव किती निराळं होतं. त्यानं सिंदबादला त्याच्या अन्य प्रवासांविषयी सांगण्याची विनवणी केली. उत्तरादाखल सिंदबाद म्हणाला, "आज इथंच थांबूया. उद्यापासून तुम्ही सर्वजण रोज इथं येत जा. मी माझ्या पुढील सफरींच्या गोष्टी तुम्हाला अवश्य सांगेन."

इतकं बोलून सिंदबादनं खर्चासाठी म्हणून हिंदबादला चारशे दिनार दिले आणि त्याला निरोप दिला.

प्रकरण २

तुमची साहसयात्रा

मेंदूतील विविध वाटा

सिंदबादच्या पहिल्या धाडसी सफरीत तो भीतीपासून मुक्त झाला, याविषयी तुम्ही मागील प्रकरणात वाचलंय. सिंदबादनं सात मार्गांवर चालून पूर्ण केलेल्या सात साहसपूर्ण सफरी प्रसिद्ध आहेत. तुम्हालादेखील जीवनात सत्-मार्गावर चालत धाडसी प्रवास करून भयापासून मुक्ती मिळवून धाडसाशी मैत्री करायची आहे. सिंदबादचे प्रवास बाह्य जगात झाले होते. परंतु तुम्हाला आंतरिक जगात, म्हणजे स्वतःच्या मेंदूच्या आत प्रवास करायचा आहे.

सिंदबादच्या सफरीच्या रूपकातून तुमच्या आंतरिक प्रवासाचं वर्णन होणार आहे. **या गोष्टीतील एक पात्र, हिंदबाद, हे तुमचं, म्हणजे शोधकाचं प्रतीक आहे.** हिंदबाद बगदादमध्ये राहून चरितार्थासाठी ओझी वाहत होता. त्याप्रमाणे मनुष्य पृथ्वीवर राहून

इच्छा, अपेक्षा, दुविधा यांचं ओझं वाहत जगत राहतो. खरं म्हणजे ओझं वाहण्यासाठी नव्हे, तर ओझं उतरवून ठेवण्यासाठी मनुष्य पृथ्वीवर आलेला आहे. पण मनुष्य या ओझ्याला किरकोळ समजून त्यासह एके दिवशी पृथ्वीवरून निघून जातो. खरंतर ओझं फार झालं, म्हणून हिंदबादच्या मनात निराळा रस्ता निवडण्याचाही विचार आला होता. अगदी याचप्रमाणे मनुष्यदेखील दुःखांच्या ओझ्यानं त्रस्त होऊन गुरूच्या द्वारी जातो, जी नव्या मार्गाची निवड असते.

या गोष्टीत सिंदबाद हे गुरूचं प्रतीक आहे. आयुष्यात येऊ शकणारी जवळ-जवळ सर्व दुःखं पचवून त्यानं स्थितप्रज्ञ अवस्था प्राप्त केलेली आहे. निसर्गनियमांना स्वानुभवातून जाणून घेतलं आहे. समस्यांनी थकलेल्या हिंदबादनं जेव्हा ईश्वराचा धावा केला, तेव्हा त्याची भेट सिंदबादशी झाली. याचप्रमाणे **शोधकाच्या मनात प्रश्न उचंबळून येतात, तेव्हा त्याच्या आयुष्यात गुरूचं आगमन होतं.**

सिंदबादची गोष्ट ऐकल्यावर हिंदबादला आपली चूक उमगली- तो उगाचच आपल्या नशिबाला दूषणं देत होता. त्याचप्रमाणे, आपल्या तक्रारी किती अर्थहीन, निरर्थक होत्या, हे शोधकाला गुरूकडून ज्ञान प्राप्त झाल्यावर समजतं. त्याच्या लक्षात येतं, की त्याचे विचार, कल्पना आणि वृत्ती हेच त्याच्या जीवनात सुरू असलेल्या घटनांचे जिवंत पुरावे आहेत. आता त्याला एक महत्त्वाचा निसर्गनियम समजतो- **कुठलीही घटना वास्तवात येण्याअगोदर ती विचारांत प्रकटावी लागते.**

ओझं अधिक झाल्यानं रस्ता बदलण्याची कल्पना मनात येणं, हा हृदयस्थानाचा (तेजस्थानाचा) विचार होता. त्यावर त्यानं अंमल केला. मनुष्याच्या मनात कधी-कधी मार्ग बदलण्याचे विचार येतात. कधी तो त्यानुसार वागतो, तर कधी सोडून देतो. तुम्हाला तेजस्थानाचे विचार ओळखायला शिकायचं आहे. **सरळ उगमापासून, स्रोतापासून येणारा विचार म्हणजे तेजस्थानी विचार!**

हिंदबादप्रमाणे तुम्हालाही एक नवा मार्ग निवडायचा आहे, तो म्हणजे सत्-मार्ग. मायेचा मार्ग सोडून तुम्ही सत्-मार्गावर चालू लागाल, तेव्हा हळूहळू तुमची ओझी कमी होत जातील. **सत्-मार्गावर चालणं म्हणजे तुलना, मूल्यांकन, भ्रम, धारणा, कल्पना, अवधारणा यांच्या विरहित जीवन जगणं होय.**

वडिलांच्या मृत्यूनंतर सिंदबादनं चैनीचं जीवन जगत सगळी वडिलोपार्जित संपत्ती नष्ट केली. मात्र काही काळानंतर त्याला आपली चूक उमगली आणि मग पुन्हा धन अर्जित करण्यासाठी व्यापार करायला तो बाहेर पडला. बरेच कष्ट करून धाडसी पावलं

उचलून त्यानं पुन्हा बरीच संपत्ती गोळा केली. मनुष्यदेखील जेव्हा पृथ्वीवर येतो, तेव्हा चैतन्याची अपार संपदा घेऊन येतो. मग हळूहळू तुलना, हेवेदावे, भ्रम, अविश्वास, शंका यांच्या उधळपट्टीत अडकून तो चैतन्यरूपी सगळी संपत्ती गमावून बसतो. मग पुन्हा ती संपत्ती मिळवण्यासाठी तो गुरूच्या द्वारी जातो. तेव्हा गुरू त्याला त्याच्या ठाम सवयी सोडण्यासाठी जुने मार्ग सोडून सत्-मार्गावर चालण्यास प्रवृत्त करतात. या नव्या मार्गावर चालताना भित्रेपणातून सुटका मिळून त्याच्यात धाडसाचा गुण प्रकटतो. चैतन्याच्या संपत्तीमधला हा एक हिरा होय. अशाच प्रकारे सत्-मार्गावर चालत तुम्हाला अनेक हिरे प्राप्त करायचे आहेत.

पुढे काय होईल, यापासून अनभिज्ञ असलेल्या एका प्रवासावर निघण्याचं धाडस सिंदबादनं केलं. सिंदबाद कसा निडर होऊन अनेक भयंकर संकटांना सामोरा गेला, ते त्यानं त्याच्या पहिल्या धाडसी सफरीचं वर्णन करताना सांगितलं. अशा संकटांशी दोन हात करायचे म्हणजे आवश्यकता असते विश्वास व समंजसपणाची. तुम्हालादेखील स्वतःच्या आतच अशी साहसपूर्ण सफर करायची आहे. पृथ्वीवरील आपल्या शरीरात सगळे विकार असतानाही वास्तविक 'मी'चा शोध घेणं हे एखाद्या धाडसी कार्यापेक्षा जराही कमी नाहीये. या विकारांपासून मुक्ती मिळवण्यासाठी नवीन रस्ते शोधायला हवेत. हे सात आंतरिक मार्ग आहेत- जप, तप, कर्म, भक्ती, ज्ञान, ध्यान आणि सांख्य योग. या आंतरिक रस्त्यांवर काटेरी झाडी आहे. ती कापली तरच हे मार्ग खुले होतील. मात्र हे मार्ग खुले करण्यासाठी धाडस हवं. धाडसी पावलं उचलून तुम्हाला मेंदूत नवे मार्ग घडवायचे आहेत. किंवा असं म्हणूया, की मानवी मेंदूत हे रस्ते उपलब्ध असतातच, पण त्याचा शोध न घेतल्याने ते तसेच लुप्त राहतात- अगदी आयुष्यभर! विश्वासाचं साधन वापरून आता यांना खुलं करायचं आहे. इतकंच काय, पण आपल्या जीवनातही हे शक्य आहे, याचाही विश्वास स्वतःला द्यायचा आहे. **'मेंदूमध्ये नव्या सवयी रुजवून नवे 'न्युरोपाथ'घडवायचे आहेत.'**

स्वतःलाच विचारा, नव्या रस्त्यावरून जाण्यासाठी मला कोण अडवू शकेल? उत्तर येईल- भय, भित्रेपणा, असुरक्षितता, या गोष्टी तुम्हाला नवी पावलं टाकू देत नाहीत. तुम्ही पृथ्वीच्या प्रवासाला निघालेले आहात. या प्रवासात तुम्हाला भीतीवर मात करून 'साहस'नामक दिव्य गुण प्राप्त करायचा आहे. सिंदबादच्या गोष्टीतून तुमच्या लक्षात आलंच असेल, की जीवनात उद्भवणाऱ्या कठीण परिस्थितींतूनच आपल्यामध्ये साहस येतं. निसर्गाचा नियमच आहे, की **तुमचं लक्ष्य जितकं मोठं असेल, तितकी शक्ती निसर्ग तुम्हाला प्रदान करतो.**

पृथ्वीच्या प्रवासावर आला आहात, तेव्हा तुम्ही पुढं-पुढं तर जात राहणारच, तुमचा विकास होणारच. परंतु स्वतःचं उद्दिष्ट लक्षात ठेवून प्रवास करत असाल, तर मार्गावरील प्रलोभनं किंवा संकटं तुम्हाला मध्येच थांबवू शकणार नाहीत. या गोष्टीत आपल्या वडिलांची संपूर्ण संपत्ती गमावल्यावर सिंदबादला आपली चूक उमगली. पण न डगमगता त्यानं नवा मार्ग निवडला. परिणामी त्याला कित्येक रहस्यांचं आकलन झालं. मन जुन्या रस्त्यांवरूनच चल, असं जरी म्हणत असलं, तरी मनुष्य नव्या मार्गावरून चालू लागतो, तेव्हा कुठे त्याला नवी माहिती प्राप्त होते. तुम्हीही हा अनुभव कधीतरी घेतलेलाच असेल. नेहमीच्या मार्गानं न जाता प्रयोग म्हणून आपण दुसरा मार्ग निवडतो. कारण आपल्याला पाहायचं असतं, या मार्गावरून घरी लवकर पोहोचता येतं की उशिरा! मात्र कधी-कधी नाइलाजाने नवा रस्ता शोधावा लागतो हे वेगळं. समजा, नेहमीच्या रस्त्यानं जात असताना अचानक तुम्हाला दिसतं, की पुढे कसल्याशा मोर्चामुळे रस्ता बंद आहे. मग इकडं-तिकडं पाहिल्यावर एक नवा रस्ता तुम्हाला आढळतो. तेव्हा तुम्हाला वाटतं, 'चला, आज इकडून जाऊन पाहू या. मग पुढे गेल्यावर तुम्हाला समजतं, की हा तर अधिक सोपा रस्ता होता. या आधी जुन्या रस्त्यालाच तुम्ही जवळचा रस्ता समजत होता, पण नंतर समजतं, की तो तर लांबचा रस्ता होता; नवा रस्ता हा अधिक जवळचा आहे. याचाच अर्थ, जो रस्ता तुम्हाला योग्य वाटत होता, तो तर अयोग्य निघाला! नवीन रस्ता निवडल्यानंतर तुम्हाला समजलं, की हा जवळचा रस्ता आहे. **म्हणून निवड महत्त्वाची असते.**

चला, काही मनन प्रश्नांवर विचार करूया –

१. तुमच्या जीवनप्रवासात तुम्ही कोणकोणत्या गोष्टींना सुयोग्य मानलंय?

२. त्यांना सुयोग्य समजण्याचं कारण काय – तुमच्या धारणा, की तमोगुण?

३. तुमच्या पृथ्वी-यात्रेचा उद्देश लक्षात आहे काय?

बंगल्याचा मालक सिंदबाद असल्याचं हिंदबादला समजलं, तेव्हा ईश्वरानं त्याच्यावर किती अन्याय केला आहे, अशी दूषणं तो ईश्वराला देऊ लागला. तुम्ही तुमच्या जीवनाचा विचार केलात, तर दिसेल, की तुम्हालाही काही लोकांविषयी ईर्ष्या, तक्रार अशा भावना वाटत असतील. उदाहरणार्थ, एकाच आईची लेकरं असूनही माझ्यात व माझ्या सख्ख्या भावात इतका फरक का? त्याचं जीवन फुलांनी, तर माझं काट्यांनी का बरं भरलंय? माझ्या शेजाऱ्याचं नशीब इतकं चांगलं आहे मग माझंच

इतकं वाईट का? अशावेळी स्वतःला विचारा, तो माझ्यापेक्षा अधिक काय जाणतो? माझ्यात नसलेला कुठला गुण त्याच्यात आहे? नशीब ही आपोआप तुमच्या हातात येऊन पडणारी गोष्ट नव्हे. **तुमचा प्रत्येक निर्णयच तुमचं नशीब घडवत असतो.**

वडिलांची संपूर्ण संपत्ती लयाला गेल्यावर सिंदबादनं व्यापार करण्याचं धाडसी पाऊल उचललं नसतं, तर त्याचं काय झालं असतं बरं? बगदादच्या गल्लोगल्ली भीक मारत फिरावं लागलं असतं त्याला. मनुष्याचं नेमकं हेच होत असतं. **चैतन्यरूपी संपत्ती गमावून तो प्रेम, ध्यान, आनंद यांची भीक मागत फिरतो. पण अखेरपर्यंत त्याला उमजत नाही, की तो स्वतःच प्रेम, शांती आणि अमर्याद आनंद आहे!**

बगदादच्या रस्त्यांवरून फिरत असताना हिंदबादला, सिंदबादचा बंगला दिसणं, संगीत ऐकू येणं, सुवास येणं, रंगीबेरंगी आकर्षक पेहराव केलेले लोक दिसणं, या गोष्टी म्हणजे पृथ्वीवर आढळणाऱ्या मोहमायेचं प्रतीक आहे. पृथ्वीवरच्या प्रवासात मनुष्य इंद्रियांच्या सुखात अडकून आपल्या उद्दिष्टापासून दूर होत जातो. या सर्व सुखांचा आस्वाद घेत असताना तो असुरक्षिततेच्या पिंजऱ्यात केव्हा अडकतो, हेही त्याला उमगत नाही. या सुखांपासून आपण वंचित तर होणार नाही ना, ही चिंता त्याला भेडसावू लागते. म्हणून तो नवं काही निवडू शकत नाही आणि हळूहळू भ्याडपणाचा गुलाम बनतो.

तीन अनोख्या शिकवणी

सिंदबादनं आपली सगळी संपत्ती गमावली असली, तरी त्याच्या वडिलांनी दिलेल्या तीन शिकवणी तो विसरला नव्हता. तेच त्याचं खरं धन होतं. त्यांच्यावर मनन करूनच त्यानं नवं पाऊल उचललं. चला, त्या तीन शिकवणी कोणत्या होत्या, ते आता जाणून घेऊया.

पहिली शिकवण - मृत वाघापेक्षा जिवंत कुत्रा बरा! म्हणजे, आज वर्तमानात जे आहे, ते श्रेष्ठ आहे. भूतकाळ कितीही आकर्षक, शक्तिशाली असला, तरी आता तो मृत (घडून गेलेला) आहे. वर्तमानकाळ त्या तुलनेत तितका समृद्ध नसला, तरी तो भूतकाळापेक्षा बरा आहे, कारण तो जिवंत आहे. शिवाय त्याच्यात सर्व शक्यता उपस्थित आहेत. **भूतकाळ म्हणजे पूर्णविराम, तर वर्तमानकाळ म्हणजे सत्-मार्गाचं द्वार आहे.** सिंदबादची सगळी संपत्ती संपली आणि तो रस्त्यावर आला. तेव्हा त्याला जाणवलं, या अगोदर मी कितीही चैनीत राहिलो असलो, तरी आता मी एक अत्यंत गरीब मनुष्य आहे, हे वास्तव आहे. पूर्वीच्या श्रीमंतीचे गोडवे गाऊन आता

काहीही उपयोग होणार नाही. आज मी जिथं आहे, तिथूनच मला सुरुवात करावी लागेल आणि मग त्यानं तसंच केलं.

दुसरी शिकवण – महालात राहण्यापेक्षा कबरीत राहिलेलं बरं. सुरक्षित जीवनापेक्षा आव्हानांचा सामना करत जगणं श्रेष्ठ. खुशाल चेंडू जीवनात निराळं काहीच करायला मिळत नाही. परंतु आव्हानांचा स्वीकार करताना आपल्याला खूप काही शिकायला मिळतं. सिंदबादनं आपल्या पहिल्या सफरीत पुष्कळ धन कमावलं होतं. खरंतर त्याच्या बळावर तो उर्वरित जीवन आरामात जगू शकला असता. पण त्याला माहीत होतं, की प्रवासातून कमावलेल्या संपत्तीचा आनंद फार काळ टिकणार नाही. म्हणून त्याला पुन्हा काहीतरी नवं करावंसं वाटलं, नवे अनुभव घ्यावेसे वाटले. वडिलांची दुसरी शिकवण सार्थ ठरवत तो आव्हानपूर्ण जीवन जगला. आव्हानांना तोंड देत 'कबरीत' राहणं आता सिंदबादसाठी जणू एक खेळ बनला होता.

तिसरी शिकवण – जन्मदिनापेक्षा मृत्युदिन बरा. शरीराच्या जन्म-मरणाच्या संदर्भात बोलायचं झालं, तर जन्म घेताच तुम्ही अनेक नातेवाइकांसोबत जोडले जाता. मग कालांतरानं त्यांच्याशी भावनिक पातळीवर इतके बांधले जाता, की पृथ्वीवर येण्याचा आपला मूळ उद्देशच विसरून जाता. सगळं आयुष्य व्यतीत होतं, पण स्वतःची आठवणच येत नाही!

मृत्यूचा दिन जवळ येतो, म्हणजे पृथ्वीवरून जाण्याची वेळ होते, तेव्हा तुमची स्मृती पुन्हा जागण्याची शक्यता असते. मृत्यू समोर दिसू लागला, की मनुष्यात अचानक साहसाचा संचार होतो आणि मग मनुष्य आपलं जीवन वाचवू पाहतो. त्यानंतर त्याला, मी कोण आहे? जीवन म्हणजे काय? मृत्यू म्हणजे काय? असे प्रश्न पडू लागतात. अशा प्रकारे शरीराचा मृत्यू स्वयंशोधाचं निमित्त बनतो. त्याचबरोबर, मृत्यू समोर दिसू लागताच धाडसाचा उदय होतो. सिंदबादही जोवर वडिलांच्या छत्रछायेत होता, तोवर खुशालचेंडू जीवन जगला; कधी कुठल्या साहसकार्यासाठी तयार झाला नाही. परंतु संपत्ती लयाला गेल्यावर स्वतःमधील साहसगुणाचा त्याला प्रत्यय आला आणि त्यानंतर सात धाडसी सफरी त्याने पार पाडल्या. तुमचा जन्मदिन तुम्हाला या जगात आणतो. मग तुम्ही हळूहळू मायेच्या जाळ्यात अडकत जाता, त्यात हरवून जाता. परंतु मृत्युदिन तुम्हाला अचानक जागृत करतो, तुम्ही इथं का आलेला आहात? पृथ्वीवर येण्यामागे तुमचा उद्देश काय आहे? तुम्ही कोण आहात? **जन्मदिन संगोपन करतो, पण मृत्युदिन जागृत करतो.**

आध्यात्मिक दृष्टीनं पाहता इथं जन्म-मृत्यू या शब्दांचा शरीराच्या जन्म-मृत्यूशी काही संबंध नाही. इथं मृत्यूचा अर्थ होतो, अहंकाराचा मृत्यू. मनुष्याहून वेगळ्या अस्तित्वाचा मृत्यू आणि स्वयंचा जन्म. या स्थितीस आत्मसाक्षात्कार म्हणतात. पक्ष्याचा जन्म दोनदा होतो, असं म्हणतात – एकदा अंड्यात आणि दुसऱ्यांदा अंड्यातून बाहेर पडल्यावर. त्याचप्रमाणे मनुष्याचा जन्मही दोनदा होतो. एकदा 'मी'पणा सोबत (खोट्या अहंकारासोबत) आणि दुसऱ्यांदा 'मी'पणाचा भ्रमनिरास होतो तेव्हा.

तिसरी शिकवण अनुभवातून जाणून घेतल्यावर सिंदबादनं निडर होऊन मृत्यूसमोर स्वतःला झोकून दिलं.

आता तुम्हाला या तिन्ही शिकवणींवर मनन करायचं आहे.

मनन प्रश्न :

१. तुमच्या कोणत्या सवयी किंवा वृत्ती तुम्हाला पुढं जाण्यापासून रोखत आहेत?

२. तुम्ही कुठल्या सुरक्षिततेचे गुलाम आहात?

३. कुठल्या जुन्या सुवर्ण शृंखला तुम्ही अंतःकरणात जपून ठेवल्या आहेत?

समुद्र प्रवासात बहुसंख्य प्रवासी पाण्यात बुडाले. मात्र सिंदबादही जहाजापर्यंत पोचू शकला नाही, तेव्हाही त्यानं धैर्य सोडलं नाही. आपल्या प्रवासादरम्यान सिंदबादनं कितीतरी लोकांचा मृत्यू पाहिला, पण जेव्हा मृत्यूसमोर त्यानं स्वतःला झोकून दिलं, तेव्हा एक नवं दृश्य त्याच्या समोर आलं. सहसा मनुष्य मृत्यूच्या भीतीमुळे नवं काही करायला धजावत नाही. यालाच म्हणतात – मृत्यूपूर्वी मरणं. अशावेळी तो मनुष्य जुनं चाकोरीबद्ध जीवनच जगू इच्छितो. त्यामुळे तो आपल्या सर्व शक्यता पडताळून पाहू शकत नाही. सत्याच्या प्रवासावर निघालेला शोधक अनेकदा साधनेदरम्यान येणाऱ्या अनुभवांमुळे घाबरून जातो आणि सत्-मार्गावरून दूर होतो. पण सिंदबाद धाडसानं मृत्यूला सामोरं जायला शिकला. आपल्या उद्दिष्टपूर्तीसाठी मृत्यूला आलिंगन द्यायला, त्यावर आपला जीव ओवाळून टाकायला शिकला. **सिंदबादप्रमाणेच तुम्हालाही मरण्यापूर्वी मरायचं नाहीये; तुमचा शोध निरंतरपणे सुरूच ठेवायचा आहे.**

सिंदबाद अखेर कसाबसा किनाऱ्याला लागला आणि जीव वाचवून एका राजाकडे मोलमजुरी करू लागला. पण मजुरी करण्याची त्याला अजिबात कमीपणा वाटला नाही. 'मी इतक्या धनाढ्य व्यापाऱ्याचा मुलगा आहे; मी इतकं क्षुद्र काम का करू,' असा विचार त्यानं केला नाही. त्यानं कधीही आशा सोडली नाही.

राजाकडे मोलमजुरी करत असताना एके दिवशी बंदरावर तेच जहाज आलं, ज्यातून प्रवास करताना तो समुद्रात हरवला होता. जहाजाच्या कप्तानानं त्याला ओळखलं नाही, तेव्हा तो म्हणाला, 'मी तोच आहे, आय ॲम दॅट!' पृथ्वीवरील मोहमायेत अडकून शोधकदेखील अशा प्रकारे स्वतःला विसरून जातो. मग **शोध चालू असताना अचानक भ्रमाचं पटल दूर होतं आणि मग तो म्हणू शकतो, 'आय ॲम दॅट!'** अशा प्रकारे असंख्य संकटांवर मात करून तो बगदादला परतला. पण आश्चर्याची बाब म्हणजे आता भ्याडपणादेखील त्याच्याजवळ यायला भीत होता.

अपूर्व धाडस अंगी असल्यामुळे तो मोठ्यात मोठ्या संकटासमोरही डगमगला नाही. त्याने कधी हार मानली नाही; उलट संकटांनाच हरवलं. परिणामी, तो केवळ जिवंत व सुखरूपच घरी परतला नाही, तर आपल्या सहकाऱ्यांपेक्षा अधिक संपत्ती कमावू शकला.

समजा, सिंदबाद भ्याड असता, त्यानं हिंमत सोडली असती, मार्गावरील संकटांतून वाचण्याचा काही उपाय त्यानं शोधला नसता, तर नक्कीच तो मरण्यापूर्वी मेला असता. त्याच्यात धाडसाचा गुण जागृत झाला नसता, तर दिवाळखोरीनंतरही तो इतकं धाडसी पाऊल उचलू शकला असता का? इतके अनुभव घेऊ शकला असता का? मेंदूचे नवे प्रोग्रॅमिंग करू शकला असता का? जुन्या धारणा सोडू शकला असता का? 'भय नामक कुठलीच गोष्ट नसते,' हे तो सिद्ध करू शकला असता का? नाही ना? **नवनवे प्रयोग करून पाहणाऱ्यालाच साहसाची साथ लाभते.**

प्रकरण ३

भ्याडपणापासून सुटकेचे उपाय

फेथ फ्रेम

धाडसी जीवन म्हणजे केवळ एक पायरी नव्हे, तर अनंत मार्ग त्यात सामावलेले आहेत. प्रत्येक पायरीनंतर त्यात नवा आत्मविश्वास झळकू लागतो. जसजसे तुम्ही आव्हानं स्वीकारत जाता, तसतसे तुमच्यातील धाडस व धैर्य हे गुण वाढत जाऊन, अंतर्मनात, मेंदूत नवनवे मार्ग बनत जातात. अशावेळी मनातलं भय कुठं पळून जातं, तेही कळत नाही.

बाह्य रस्ते तर केवळ निमित्त आहेत, ज्यांना पाहून आंतरिक मार्गांची आठवण यावी. तुमच्या मेंदूत अगोदरच रस्ते बनलेले आहेत. चित्रात तुम्हाला डाव्या व उजव्या मेंदूतील मार्ग दिसत आहेत. अगोदरच बनलेले हे मार्ग आपल्याला काय संदेश देत आहेत, यावर मनन करा. आपल्याला मुक्ती प्रदान करणारे कुठले रस्ते बनायला हवेत? सत्-मार्ग तुमच्या आतच आहे. बाहेरचे रस्ते

पाहून आपण कुठल्या आंतरिक मार्गावर आहोत, याचं तुम्हाला भान यावं.

धाडसी युक्तीसाठी भ्याडपणातून मुक्ती मिळवणं गरजेचं आहे. **आपलं अंतर्मन मेंदूच्या साहाय्यानं मेंदूमध्ये नवीन मार्ग घडवत असतो. मात्र त्यासाठी अंतर्मनाला नवी जाणीव मिळवून देणं आवश्यक असतं.** मग नव्या जाणिवांमुळे नव्या सवयी बनतील आणि मेंदूत एक नवा न्यूरोपाथ बनेल. जीवनात नवनवे अनुभव घेऊन त्यांची छाप मेंदूत उमटली तर त्यातूनच नवे मार्ग घडतील.

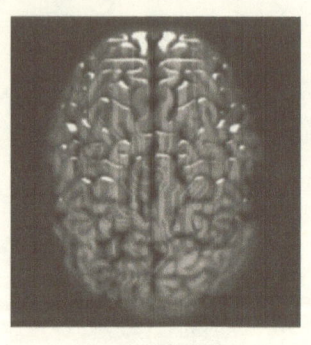

आता मेंदूतील न्यूरोपाथला आपण फ्रेमच्या रूपकाद्वारे समजून घेऊया.

आपण सतत आकार बदलत राहणाऱ्या एखाद्या फ्रेमबद्दल कधी ऐकलंय का? तिचा आज एक आकार असतो तर उद्या भलताच आकार असेल. होय, अशी एक फ्रेम आहे - फेथ फ्रेम! श्रद्धा, आपल्या जगाला फ्रेम बनवत असते, घडवत असते, रचत असते आणि तेही दररोज! सद्य:स्थितीत असलेल्या तुमच्या विश्वासाच्या पातळीनुसारच तुम्हाला दररोज कधी आनंद, कधी दुःख, तर कधी धैर्य अनुभवास येतात. **मनातील विश्वासानुसार तुमचं जग घडतं.** विश्वासानुसार भावना निर्माण होते आणि भावनेनुसारच अन्य काही निर्माण होऊ शकतं. विश्वासात बदल झाला, तर फ्रेममध्येही बदल होतो. आतापर्यंत दुःखास कारणीभूत ठरणारं दृश्य आनंद देऊ लागतं. खरंतर हा चमत्कारच म्हणायला हवा, मात्र हे खरोखरच शक्य आहे.

एखाद्या चौकोनी फ्रेमला नवा आकार द्यायचा असेल, तर तुम्ही तिला त्रिकोणी अथवा पंचकोनी बनवू शकता. पण तिला गोल बनवायला सांगितलं तर? ते अशक्य वाटतं ना? एखादी चौकोनी वस्तू गोल बनू शकणं आपल्याला अतार्किकच वाटेल ना?

तुमच्या धारणांतून (बिलिफ पॅटर्नमधून) तुमची फ्रेम घडते. तुमच्या मूलभूत धारणा कोणत्या आहेत? तुमची सध्याची फ्रेम कुठल्या धारणांतून बनलेली आहे? त्यांतील कुठल्या धारणा बदलायला हव्यात? त्यावर मनन करायला हवं.

मूळ धारणांचा परिणाम

एक मनुष्य डोकेदुखीसाठी नेहमी ॲनासिनची गोळी घेत असे. मग त्याच्यावर एकदा प्रयोग करण्यात आला. जेव्हा त्याचं डोकं दुखू लागलं, तेव्हा त्याला ॲनासिनऐवजी ॲनासिनसारखीच दिसणारी साखरगोळी दिली गेली. मग काही काळानंतर विचारणा

केली, तेव्हा खरोखर त्याची डोकेदुखी थांबली होती. आहे ना आश्चर्य?

पण डोकेदुखी थांबली तरी कशी? विज्ञानाच्या दृष्टीनं हे फार आश्चर्यजनक होतं. **मन जे समजतं, तसेच परिणाम दिसू लागतात,** हे यामागचं कारण होतं. एखाद्या गोळीनं बरं वाटू लागेल, असं मनानं ठरवलेलं असेल, तर हा विश्वासच चमत्कार करू शकतो, तुमची फ्रेम बदलू शकतो. त्यासाठी मेंदूतील कोडींग बदलायला हवं, ज्याचे तीन मार्ग आहेत - जप, स्वयंसूचना आणि प्रतीकध्यान.

१. जप :

मेंदूतील फ्रेम बदलण्यासाठी काही गोष्टींचा आपल्याला जप करावा लागतो, पुनःपुन्हा त्या गोष्टी बोलत राहाव्या लागतात. त्या जपातून, ध्यानातून मेंदूला नवा कोडवर्ड मिळतो. त्या कोडवर्डचा उपयोग करून तुम्ही चमत्कार घडवू शकता. सत्-मार्गावर चालत असताना तुम्हाला खालील चार नव्या गोष्टींचा जप करायचा आहे-

अ. मी एक नवी भावना आहे.

आ. मी एक नवा विचार आहे.

इ. मी एक नवा शब्द आहे.

ई. मी एक नवा दृष्टिकोन आहे.

तुमचं मन पुन्हा जुन्याच सवयी अंगीकारू पाहील, भय तुम्हाला त्रस्त करू लागेल, तेव्हा या चार वाक्यांचा जप करा. असं केल्यानं तुमच्यात एक परिवर्तन दिसून येईल. तुमच्यामध्ये साहसीपणा जाणवू लागेल. एखाद्या विशिष्ट परिस्थितीत तुम्ही जेव्हा घाबरून जाता, तेव्हा जुन्या भावना, शब्द, विचार आणि जुन्या दृष्टिकोनाच्या प्रभावाखाली असता. समजा, तुम्हाला ऑफिसात एखादी नवी जबाबदारी दिली गेली, कॉलेजात स्टेजवर जाऊन एखाद्या कार्यक्रमाचं सूत्रसंचालन करण्याचं काम सोपवलं गेलं, एखाद्या मोठ्या मॅराथॉनमध्ये धावायला सांगितलं, तर या चार गोष्टी खालील प्रकारे काम सुरू करतात -

भावना - भीतीनं हृदय धडधडू लागतं.

विचार - मी हे करू शकणार नाही.

शब्द - माझ्यात ही क्षमता नाही.

दृष्टिकोन - माझ्यासारख्या लोकांना तर हे जमतच नाही.

अशा वेळी आपली भावना, शब्द, विचार व दृष्टिकोन बदलण्यासाठी वर दिलेल्या चार वाक्यांचा जप करावा. 'मी एक नवी भावना आहे,' असं म्हणाल, तेव्हा भयापल्याडच्या भावनेशी तुम्ही जोडले जाल. 'मी नवा विचार आहे,' असं म्हटल्यावर 'मी हे करू शकणार नाही,' या जुन्या विचारास मागे सोडून तुम्ही पुढील पदपथावर मार्गक्रमण कराल. 'मी नवा शब्द आहे,' असं म्हटल्यावर जुने शब्द सोडून तुम्ही एखादा नवा शब्द शोधाल. अशाच प्रकारे, 'मी नवा दृष्टिकोन आहे,' असं म्हटल्यावर तुमच्या मनोवृत्तीस एक नवा दमदार पैलू सापडेल.

अशा प्रकारे जेव्हा तुम्ही नवी भावना, नवा विचार, नवा शब्द आणि नव्या दृष्टिकोनाशी जोडले जाल, तेव्हा तुमच्यातील भित्रा मनुष्य लोप पावून तुम्ही आमूलाग्र बदलून जाल.

२. दिशायुक्त मनन :

धोक्यांना घाबरून नव्हे, तर त्यांना सामोरे जाऊनच भयावर मात करता येते. काही लोक एखादा धोका पत्करण्याच्या अगोदरच विचार करून करून भयभीत होतात. यावेळी सदिश मनन निश्चितच तुम्हाला भयापासून मुक्त करू शकतं. सदिश मनन खालील प्रकारे केलं जाऊ शकतं –

अ. विचार करून पाहा : यापूर्वी अशा कोणत्या बाबी होत्या, ज्यांच्या नुसत्या शंकेनंच तुम्हाला धडकी भरत असे.

आ. ज्यांची तुम्हाला भीती वाटत असे, अशा घटना खरोखर घडल्या होत्या का?

इ. समजा, ज्या चाळीस गोष्टींची तुम्हाला भीती वाटत होती. त्या सर्व, चाळीसच्या चाळीस नकारात्मक घटना तुमच्या आयुष्यात खरोखर घडल्या का?

ई. जर तुम्ही म्हणालात, 'चाळीस नव्हे, परंतु त्यातील दहा घटना घडल्या,' तर स्वतःला विचारा, 'या दहा घटना खरोखर तितक्या वाईट होत्या का, जितकं मी समजलो होतो?'

उ. या मननातून तुमच्या लक्षात येईल, की तुम्हाला वाटलं होतं, तितक्या त्या घटना भयंकर नव्हत्या. शिवाय तुम्ही त्यातून सुखरूप बाहेर पडलात.

ऊ. कदाचित कुणी म्हणेल, 'दहापैकी दोन घटना मात्र खरोखरच भयंकर होत्या.' मग हा प्रश्न उद्भवतो, 'त्या दोन घटनांमधून तुम्ही सहीसलामत बाहेर येऊ शकलात का?' उत्तर येईल, 'होय.' तर मग आज जे काही घडतंय, त्याला घाबरण्याची मुळीच आवश्यकता नाहीये.

ए. या संपूर्ण मननानंतर तुमच्या लक्षात येईल, जितकं भय आपण मनात जोपासतो, तितकं बाळगण्याची अजिबात आवश्यकता नसते. भयावह परिस्थिती उद्भवल्यानंतर जर पूर्वी तुम्ही ती परिस्थिती योग्य रीतीने हाताळू शकला असाल, तर पुढेही अवश्य हाताळू शकाल.

ही सगळी वस्तुस्थिती तपासल्यानंतर तुम्ही स्वतःला हे दाखवून देऊ शकता, की जीवनात भयाचं काहीच स्थान नाही.

३. **स्वयंसूचना :**

आपला मेंदू विचारांच्या ऊर्जेवर चालतो. विचारांची शक्ती वापरून मेंदू आपल्यामध्ये साहस जागृत करू शकतो किंवा आपल्याला भ्याडपणाच्या खाईत लोटू शकतो. मेंदूचे दोन भाग असतात – उजवा भाग शरीराच्या डाव्या अंगास नियंत्रित करतो, तर डावा भाग शरीराच्या उजव्या अंगास नियंत्रित करतो. विचार मेंदूला, मेंदू शरीराला, शरीर इंद्रियांना, तर इंद्रियं जग चालवतात. म्हणजेच, जगात निर्भय बनून राहण्यासाठी आपल्याला स्वयंसूचनेद्वारे विचारांना शिस्त लावायला हवी.

आपलं शरीर आपलं म्हणणं ऐकत असतं, मात्र आपल्याला हे माहीत नसतं. म्हणून आपण स्वतःला काही सूचना देत नाही. तेव्हा आजपासूनच तुम्हाला स्वयंसूचनेस आरंभ करायचा आहे. खालील सूचना पुनःपुन्हा म्हणा :

अ. मी निर्भय व धाडसी आहे.

आ. मी निरोगी व जागृत आहे.

इ. मी नेहमी संतुलित राहून कार्य करतो.

ई. माझ्या आयुष्यात चांगले लोक येत आहेत.

उ. दिवसेंदिवस माझं मन व शरीर अधिकाधिक सशक्त बनत चाललंय.

ऊ. ईश्वराची अनंत शक्ती मला सर्व दिशांना, सर्वतोपरी मार्गदर्शन करत आहे.

ए. धाडस हा माझा जन्मसिद्ध हक्क आहे.

ऐ. मोजूनमापून धोके पत्करणं सुरक्षित असतं.

४. **प्रतीक ध्यान :**

कित्येक वेळा शब्दांऐवजी चित्रं वा चिन्हं वापरून एखादी गोष्ट लोकांना चटकन

शिकवता येते. याला 'प्रतीक विद्या (symbology)' म्हणतात. पुढं काही प्रतीकं दिली आहेत; त्यांच्या साहाय्यानं तुम्हाला ध्यानसाधना करायची आहे.

मनुष्याच्या मनाला जेव्हा शब्दांद्वारे ज्ञान दिलं जातं, तेव्हा ते त्या शब्दांचा स्वतःचा सोयिस्कर अर्थ काढतं. प्रत्येकाच्या मनात शब्दांची एक स्वतंत्र परिभाषा असते. प्रत्येक जण स्वतःचा निराळा अर्थ काढत असतो. अशाच प्रकारे प्रत्येक वाक्याचा अर्थ भिन्न निघू शकतो. म्हणून जे शिकवायचं आहे, ते समोरच्या व्यक्तीपर्यंत वास्तविक अर्थानं पोहोचू शकत नाही. म्हणूनच इथं तुम्हाला प्रतीकं दिली जात आहेत. त्यांच्यासोबत त्यांचा अर्थही तुमच्या अंतर्मनास सांगितला जात आहे. जेणेकरून त्यांवर काम करणं सहज होईल. प्रतीकांचं हे उद्दिष्ट आहे. फूल कोमलता व सौंदर्याचं प्रतीक आहे, तर काटे त्रास व बोचणीचं प्रतीक आहे. त्याचप्रकारे तुम्हाला काही प्रतीकं दिली जात आहेत. त्यांच्याशी साहसगुण जोडून तुम्ही ती प्रतीकं अंतर्मनात पोचवायची आहेत.

मात्र मन आणि मेंदू आपल्या जुन्या प्रोग्रामिंगनुसार प्रतिसाद देतात. पण प्रतीकांच्या साहाय्यानं आता आपल्याला हे प्रोग्रामिंग बदलायचे आहे. त्याच्यापासून सुटका झाल्यावर अचानक एखाद्या दिवशी तुम्हाला जाणवेल, की तुमच्या विचारांची फ्रेम पूर्णपणे बदलली गेलीये.

आता तुम्हाला एक चिन्ह दिलं जातंय; जे तुमच्या मेंदूत ठसवायचं (प्रोग्रॅम करायचं) आहे. हे चिन्ह आहे क्षितिजाचं. क्षितिज म्हणजेच सत्-मार्ग, पुढं आकाशाला जाऊन भिडणारा मार्ग. जिथे आकाश व धरणी एकजीव झाल्यासारखे भासतात. क्षितिजाचं चिन्ह तुम्हाला सत्-मार्गाची आठवण करून देत राहो. तुम्ही कुठल्या मार्गावर चालत आहात, त्याविषयी तुम्हाला जागृत ठेवो. क्षितिज पाहून या ओळी आठवाव्या, **'मार्ग स्वतःच बनला ध्येय, मागे पडल्या अडचणी व भय.'** क्षितिजाचं चित्र उजव्या मेंदूपर्यंत पोचवायचं आहे. तिथून निघून डाव्या मेंदूलाही कवेत घेईल, असा एक मार्ग बनवायचा आहे. मग अंतर्मन, ए.एम.एस.वाय. (सूक्ष्मदेह) आणि मेंदू या तिन्हींच्या सहयोगातून एक नवा मार्ग घडेल.

आता दुसरं चिन्ह आहे जहाजाचं. जहाजाच्या चित्रातून तुम्हाला सिंदबादच्या धाडसी सफरी आठवतील. रोज अशी आठवण झाली, की जहाज व साहस या दोन्ही

गोष्टी एकजीव होतील. मग जहाजाचं चित्र पाहून तुमच्यात धाडसाचा संचार होईल.

या चित्रांवर रोज ठरावीक वेळी ध्यान करावं. स्वतःला म्हणावं, मी स्वतःमध्ये धाडसाचा संचार होण्यासाठी हे ध्यान करत आहे. आता लवकरच माझी भ्याडपणापासून सुटका होऊन खुलेपणानं मी अभिव्यक्त होऊ शकेन.

ध्यान विधी

१. आसन मांडून, डोळे बंद करून निवडलेल्या ध्यानमुद्रेत बसा.

२. बंद डोळ्यांसमोर सत्-मार्गाचं प्रतीक असलेलं, क्षितिजाचं चित्र आणा.

३. धरणी व आकाशाचं मिलन होतं, त्या बिंदूवर तुम्ही उभे असल्याची कल्पना करा.

४. क्षितिजाचं चित्र मनावर ठसू द्या, म्हणजे त्यानुसार नवा मार्ग बनवण्याचं काम तुमचा मेंदू सुरू करू शकेल.

५. आता दर्यावर्दी सिंदबादच्या जहाजाचं चित्र मनोमन पाहा आणि सिंदबादच्या सफरींचा विचार करा.

६. मग जहाजाचं चित्र मेंदूत ठसू द्या, म्हणजे तुमच्यामध्ये साहस निर्माण होऊ लागेल.

७. मग मनोमन स्वतःचं साहसी रूप पाहा.

८. मनात सत्-मार्गाचं ध्यान करा. सात मार्गांवरील प्रत्येक मार्गाच्या अखेरीस मुक्ती तुमच्या प्रतीक्षेत आहे.

आता काही प्रश्नांवर ध्यान करा :

१. जिवंत कुत्रा हा मृत वाघापेक्षा उत्तम कसा?

२. कबरीत राहणं हे महालात राहण्यापेक्षा उत्तम कसं?

३. जन्म दिवसापेक्षा, मृत्यूदिन उत्तम का आहे?

४. 'जीव ओवाळून टाकण्याचं' उद्दिष्ट कोणतं साहस निर्माण करतं?

जुन्या सवयी, जुने रस्ते तुम्हाला बोलावतील, पण तुम्हाला नव्याचंच स्वागत करायचं आहे. आता हळूहळू डोळे उघडा.

खंड - २

संतोष व तुलनेपासून मुक्ती
मौलिकतेशी युक्ती

प्रकरण १

दर्यावर्दी सिंदबादची दुसरी समुद्री सफर

दुसऱ्या दिवशी, ठरलेल्या वेळी, हिंदबाद पुन्हा सिंदबादच्या पुढच्या धाडसी सफरीबद्दल ऐकायला त्याच्या बंगल्यावर जाऊन पोहोचला. तेव्हा सिंदबादचे अन्य मित्रही तिथं उपस्थित होते.

सिंदबाद बोलू लागला: ''मित्रांनो, पहिल्या सफरीत माझ्यावर कोसळलेल्या संकटांमुळे मी ठरवलं होतं, की मी आता व्यापारासाठी बाहेर फिरणार नाही आणि आपल्या शहरातच सुखानं राहीन. परंतु लवकरच मला निष्क्रियतेचा कंटाळा येऊ लागला. म्हणून मी खूप अस्वस्थ झालो आणि नव्या प्रवासावर निघण्याची, नवे देश, नव्या नद्या, नवे पर्वत, वगैरे पाहण्याची मला तीव्र इच्छा होऊ लागली. म्हणून मी विविध वस्तू विक्रीसाठी घेतल्या आणि विश्वासातील व्यापाऱ्यांसमवेत पुन्हा एका व्यापार-प्रवासाची योजना बनवली. सर्व तयारी

करून एके दिवशी आम्ही सगळेजण जहाजावर चढलो. ईश्वराचं नाव घेऊन कप्तानानं जहाजाचा नांगर उचलला आणि आम्ही आमच्या धाडसी प्रवासाच्या दुसऱ्या मुक्कामाकडे निघालो.

''आम्ही सर्व लोक कित्येक देश व द्वीप फिरलो, शिवाय प्रत्येक स्थळी खरेदी-विक्रीही केली. मग एकदा आमचं जहाज एका हिरव्यागार बेटाच्या किनाऱ्यावर लागलं. त्या बेटावर सुंदर व मधुर फळांचे अनेक वृक्ष होते. आम्ही भटकंतीसाठी त्या बेटावर उतरलो. परंतु ते बेट एकदम निर्जन होतं. तेथे मनुष्याच्या अस्तित्वाच्या खुणाही नव्हत्या. अगदी चिटपाखरूही दिसत नव्हतं. माझे सोबती झाडांची फळं तोडू लागले, पण मी मात्र एका झऱ्याशेजारी जाऊन बसलो. तिथं मी माझा डबा काढून जेवण केलं आणि त्यासोबत मदिराही घेतली. मदिरा जरा अधिक झाली असावी, म्हणून मी बराच वेळ झोपून राहिलो. नंतर डोळे उघडून पाहतो तो काय? माझे कुणीही सोबती आजूबाजूला दिसले नाहीत. उलट आमचं जहाज शिडं चढवून समुद्रात दूर जाताना दिसलं. काही क्षणांमध्येच जहाज क्षितिजापल्याड दिसेनासं झालं.

हे पाहून मी हतबुद्ध झालो. त्यावेळी मला जे दुःख झालं, जो संताप आला, तो मी शब्दांत वर्णू शकत नाही. या निर्जन द्वीपावर मी मरून जाईन आणि कुणाला ते समजणारही नाही, याची मला खात्री झाली. मी जोरजोरात रडू-ओरडू लागलो; डोकं आणि छाती बडवून घेऊ लागलो. मी स्वतःला पुनःपुन्हा दोष देऊ लागलो, की पहिल्या प्रवासात आलेल्या अडचणी काय कमी होत्या का, म्हणून मी स्वतःला पुन्हा या संकटात पाडलं! पण रडणं-पडणं किती वेळ चालणार ना? शेवटी ईश्वराचं नाव घेऊन मी उठलो आणि रस्ता शोधत हिंडू लागलो. परंतु रस्ता दिसला नाही, तेव्हा रात्रीसाठी एखादा आसरा मिळतोय का, हे पाहण्यासाठी मी एका उंच वृक्षावर चढलो. परंतु बेटावरील वृक्ष, समुद्राचं पाणी आणि डोक्यावरचं आकाश यांच्याखेरीज अन्य काहीही दिसलं नाही.

काही वेळानंतर दूरवर कुठंतरी मला एक कसलीशी पांढरी वस्तू दिसली. कदाचित तिथं आसरा मिळू शकेल, असं मला वाटलं, पण ते नेमकं आहे काय, हे मात्र मला समजत नव्हतं. मी झाडावरून उतरलो आणि उरलंसुरलं अन्न घेऊन त्या पांढऱ्या गोष्टीपाशी पोचलो. तो एक मोठ्या घुमटासारखा आकार होता, पण त्याला दरवाजा मात्र नव्हता. शिवाय त्याचा पृष्ठभाग निसरडा असल्यानं त्यावर चढणंदेखील शक्य नव्हतं. त्याच्या भोवती फिरायला पन्नास पावलं लागतील, इतपत तो मोठा होता.

‘‘तेवढ्यात अचानक अंधार पडल्याचं मला दिसलं. ती सायंकाळ नसूनही अंधार पडल्यानं साहजिकच मला आश्चर्य वाटलं. मग मला दिसलं, की माझ्या कल्पनेपेक्षाही विशाल असा एक पक्षी उडत माझ्याचकडे येतोय. त्याला पाहून मी क्षणभर भेदरलोच. मग मला रुख नामक एक महाकाय पक्षी असतो, असं काही खलाशांकडून ऐकलेली गोष्ट आठवली. तो पांढरा विशाल घुमट म्हणजे या रुख पक्ष्याच्या मादीचं अंड होतं. ती येऊन त्या अंड्यावर ते उबवण्यासाठी बसली. तिचा एक पाय माझ्या निकट होता. तिचं एक-एक नख विशाल वृक्षाच्या मुळांप्रमाणे होतं. माझा फेटा वापरून मी स्वतःला तिच्या एका नखासोबत बांधून घेतलं, कारण तो पक्षी नक्कीच कुठं ना कुठं उडून जाईलच, याची मला खात्री होती आणि झालंही तसंच...

‘‘सकाळी तो पक्षी उडाला आणि इतक्या उंचावर गेला, की तिथून पृथ्वी मोठ्या मुश्किलीनं नजरेस पडत होती. थोड्याच वेळात तो एका अरण्यात उतरला. मात्र तो जमिनीवर उतरताच मी फेट्याची गाठ उकलली आणि त्याच्यापासून स्वतंत्र झालो. त्याचवेळी त्या रुखनं एका भल्यामोठ्या अजगराला पकडलं आणि त्याला पंजांमध्ये धरून तो उडून गेला.

‘‘रुखनं मला जिथं सोडलं होतं, ती एक उंच कड्यांची दरी होती. तिथं येण्याजाण्याचं सामर्थ्य कुठल्याही मानवामध्ये नव्हतं. इथं येऊन पोचल्याचा मला खेद झाला; ही जागा तर त्या बेटापेक्षाही वाईट होती. पण तिथल्या भूमीवर सर्वत्र असंख्य हिरे विखुरलेले मला दिसले. त्यातील काही हिरे तर सामान्य मनुष्याच्या कल्पनेपेक्षाही मोठे होते. अनेक हिरे गोळा करून मी एका चामड्याच्या पिशवीत भरले. पण हिरे मिळण्याचा आनंद अल्पजीवी होता, कारण सायंकाळ होताच तिथं अजगर वा तत्सम विशालकाय व भयानक साप फिरू लागल्याचं मला दिसलं. रुखच्या भीतीनं हे सर्प दिवसभर गुहांमध्ये लपून राहत आणि रात्री बाहेर पडत. सुदैवानं मला एक लहानशी गुहा सापडली. मी त्यात लपून बसलो आणि एखादा अजगर आत येऊ नये, यासाठी तिचं तोंड दगडांनी व्यवस्थित बंद करून घेतलं. माझ्या जवळ बांधून आणलेलं अन्न मी थोडंसं खाल्लं, पण रात्रभर माझा डोळा लागला नाही. साप व अजगरांचे भयकारी फूत्कार ऐकून माझी पाचावर धारण बसली होती आणि रात्रभर मी जीव मुठीत धरून बसून होतो.

‘‘सकाळ होताच साप पुन्हा दडून बसले आणि मी बाहेर पडून एका मोकळ्या जागेत झोपी गेलो. थोड्याच वेळात जवळच एक जड वस्तू पडण्याच्या आवाजानं मी जागा झालो. पाहिलं तर तो मांसाचा एक मोठा गोळा होता. थोड्याच वेळात तशाच

प्रकारचे आणखी मांस गोळे दरीत चौफेर पडू लागले. हे पाहून मला खूप आश्चर्य वाटलं.

"अचानक मला खलाशांच्या तोंडून ऐकलेली एक गोष्ट आठवली, की एका दरीत असंख्य हिरे आहेत, परंतु तिथवर कुणी पोचू शकत नाही. हिऱ्यांचे व्यापारी आजूबाजूच्या डोंगरांवर चढून दरीत मांसाचे मोठमोठे गोळे फेकत असतात. दरीतले हिरे त्या गोळ्यांना चिकटतात. मांसानं आकर्षित झालेली महाकाय गिधाडं येऊन ते गोळे उचलून घेऊन जातात. मग ते डोंगरांतील त्यांच्या घरट्यांत येतात, तेव्हा ते व्यापारी गोंगाट करून गिधाडांना उडवून लावतात आणि मांसगोळ्यांना चिकटलेले हिरे काढून घेतात.

"अगोदर मला ही चिंता होती, की या दरीतून मला कसं बाहेर पडता येईल? कारण आदल्या दिवशी खूप भटकूनदेखील मला कुठलाच रस्ता सापडला नव्हता. पण त्या मांसगोळ्यांना पाहिल्यावर मात्र मला आशेचा किरण दिसू लागला. मी पुन्हा पूर्वीची युक्ती आजमावली. मी एका मांसगोळ्याच्या खालील बाजूस स्वतःला बांधून घेतलं. थोड्याच वेळात एक विशाल गिधाड उतरलं आणि त्या मांसाच्या गोळ्याला, म्हणजे अर्थातच त्यासोबत मलाही, घेऊन उडू लागलं. अगोदर माझं अन्न आणि आता हिरे ज्या चामडी पिशवीत भरलेले होते, तीसुद्धा मी कमरेला घट्ट बांधून घेतली होती. आता ते गिधाड मला पर्वतीय शिखरावरील घरट्यात घेऊन आलं. तिथं मी त्वरित त्या मांसगोळ्यापासून विलग झालो.

"त्याचवेळी अनेक व्यापारी गोंगाट करत तिथं येऊन पोचले. त्या सर्वांना घाबरून ते महाकाय गिधाड उडून गेलं. त्या समूहातील एका व्यापाऱ्याची नजर माझ्यावर पडली. तो माझ्यावर भडकला. त्याला वाटलं, की हिरे चोरण्यासाठीच मी गिधाडाच्या घरट्यात आलो होतो. म्हणून अन्य व्यापाऱ्यांनीही मला त्वरित घेराव घातला. मी म्हणालो, 'बंधूंनो, माझी कर्मकहाणी ऐकल्यावर राग येण्याऐवजी तुम्हाला दयाच येईल. माझ्याकडे या पिशवीत खूप हिरे आहेत; ते सगळे मी तुम्हाला देऊन टाकेन.'

"असं म्हणून मी माझी सर्व हकीगत त्यांना सांगितली. माझ्या विचित्र अनुभवांचं आणि मी इतक्या संकटांतून सुखरूप बाहेर पडल्याचं त्यांना आश्चर्य वाटलं.

"व्यापाऱ्यांचा एक नियम होता- एक-एक गिधाडाचं घरटं एक-एक व्यापारी निवडत असे. त्यात मिळालेल्या हिऱ्यांवर केवळ त्याच व्यापाऱ्याचा हक्क असे, इतर कुणाचाही नाही. म्हणून मी आलेल्या घरट्यावर ज्या व्यापाऱ्याचा अधिकार होता, तो

संतापलेला होता. मी माझी पिशवी उलथली. पिशवीतून बाहेर पडलेले मोठे-मोठे हिरे पाहून सर्वांचे डोळे दिपून गेले. त्या घरट्यावर अधिकार सांगणाऱ्या व्यापाऱ्याला मी म्हटलं, 'तुम्ही हे सगळे हिरे घ्या.'

"तो म्हणाला, 'हे सगळे हिरे तुमचे आहेत; मी यातील काही घेऊ शकत नाही.'

"परंतु मी फारच आग्रह केल्यावर एक मोठा हिरा आणि दोन-चार लहान हिरे घेऊन तो म्हणाला, 'इतकी संपत्ती मला आयुष्यभर आरामात जगण्यासाठी पुरेशी आहे. आता मला पुन्हा इथं येऊन हिरे मिळवण्याची गरज पडणार नाही.'

"मग त्या व्यापाऱ्यांसमवेत मी ती रात्र तेथेच घालवली. त्यांना माझी कहाणी तपशीलवार ऐकायची होती. त्यांच्या इच्छेचा मान ठेवून मी माझ्या प्रवासातील सगळे अनुभव कथन केले. पण माझा तर माझ्या सुदैवावर विश्वासच बसत नव्हता. दुसऱ्या दिवशी त्याच व्यापाऱ्यांसोबत मी रूहो नामक बेटावर पोहोचलो. इथंही मोठमोठे सर्प होते. आमचं सुदैव, म्हणून त्या सापांनी आम्हाला जराही इजा केली नाही.

"त्या बेटावरून निघून मी अनेक बेटांवर गेलो आणि हिऱ्यांच्या मोबदल्यात तिथल्या बहुमूल्य वस्तू विकत घेतल्या. अशा प्रकारे अनेक बेटांवर व अनेक देशांमध्ये व्यापार करत करत मी बसरा बंदरावर आणि तेथून बगदादला पोहोचलो. या सफरीनंतरदेखील माझ्याकडे खूप संपत्ती जमा झाली होती. त्यातील बरीच संपत्ती मी समाजसेवी संस्थांना दान केली आणि कित्येक निर्धनांनाही धन देऊन संतुष्ट केलं."

आपल्या दुसऱ्या सागरी सफरीचा वृत्तांत सांगून झाल्यावर सिंदबादनं हिंदबादला चारशे दिनार देऊन निरोप दिला आणि म्हटलं, "उद्या याच वेळी इथं ये, म्हणजे मी तुला माझ्या तिसऱ्या सफरीचा वृत्तान्त ऐकवेन."

हे ऐकून हिंदबादनं त्याचे आभार मानले आणि तो तेथून निघाला. त्याच्यासोबत अन्य लोकही निघून गेले.

प्रकरण २

सिंदबादची दुसरी साहसयात्रा

खडकाळ रस्ता

मागील प्रकरणात तुम्ही सिंदबादच्या दुसऱ्या धाडसी सफरीबद्दल वाचलंत. त्यात त्यानं तुष्टी*व तुलनेपासून मुक्ती मिळवली होती. सत्-मार्गावर चालत तुष्टी व तुलनेपासून मुक्त होऊन त्यानं आपल्या साहस या गुणास अधिकच उजळ केलं. **एकापेक्षा एक चक्रावून टाकणारे प्रवास करत ज्याप्रकारे सिंदबादनं स्वतःला सद्गुणांनी समृद्ध केलं, त्याचप्रकारे तुम्हाला आंतरिक प्रवास करत 'स्वतः'चे गुण ओळखून त्यांना खुलं करायचं आहे.**

पहिल्या सफरीमध्ये सिंदबादला ज्या अडचणी आल्या, त्यांच्यामुळे त्यानं ठरवलं होतं, 'आता पुन्हा व्यापार यात्रा करणार नाही आणि आपल्याच शहरात

---

*इंद्रियांत उत्पन्न झालेला लोभ त्वरित पूर्ण करणं; त्वरित संतोष मिळवण्याची इच्छा असणं, instant gratification.

सुखानं राहीन.' परंतु लवकरच त्याला रिकामेपण इतकं टोचू लागलं, की तो अस्वस्थ झाला. त्याला जाणवलं, की **बाह्य वस्तूंतून मिळालेला आनंद फार काळ टिकत नाही.** आणखी एक... आणखी एक...चा पाढा कधीच संपत नाही. याचप्रकारे मनुष्यही भौतिक सुखसुविधांच्या मागं धावत एकामागून एक वस्तू तर मिळवतो, पण नंतर त्याला समजतं, की इच्छा अंतहीन असतात. मग त्याला प्रश्न पडतो, 'अखेर खरा आनंद असतो तरी कुठं?' तेव्हा तो सत्यशोधक बनतो.

गोष्टीमध्ये सिंदबादनं एका हिरव्यागार बेटावर झऱ्याशेजारी बसून जेवण केलं आणि मग जास्त मदिरा प्याल्याने त्याला गाढ झोप लागली. व्यसनाधीन होऊन तो आपल्या प्रवासाचं उद्दिष्ट विसरला. भान न राहिल्याने त्या निर्जन बेटावरच अडकून पडण्याची वेळ त्याच्यावर आली. त्यानंतर सिंदबादचे सोबती त्याला बेटावर एकटं सोडून पुढे निघून गेले. तेव्हा सिंदबाद दुःखात व संतापात बुडून गेला.

मनुष्याचंही असंच होतं. तो इंद्रियांच्या तुष्टीमागे इतका धावत राहतो, की त्याला स्वतःचं उद्दिष्टही लक्षात राहत नाही. पृथ्वीवर तो केवळ एक कैदी बनून राहतो. पृथ्वी हा स्वतःला जाणण्याच्या प्रवासातला फक्त एक छोटासा टप्पा, मुक्काम आहे, हे तो विसरून जातो.

त्यानंतर सिंदबादला खात्री झाली, की जेथे त्याची विचारपूस करणाराही कोणी नाही अशा निर्जन ओसाड बेटावर तो नक्की मरणार. पण शेवटी किती वेळ रडत-ओरडत राहील? अखेर स्वतःच उठून तो आसरा शोधू लागला.

मग रुख नामक विशाल पक्ष्याच्या पायाशी स्वतःला बांधून घेण्यात तो यशस्वी झाला आणि पक्ष्याच्या भव्य उड्डाणासोबत तो बेटाबाहेर पडू शकला.

चला, आता समजून घेऊया, की आंतरिक जगाशी याचा काय संबंध आहे? अनेकदा मनुष्य अशा कठीण परिस्थितीत सापडतो, की त्यातून त्याला बाहेर पडणं अशक्यप्राय भासू लागतं. तो निराश आणि हताश रूपी बेटावर एकाकी पडतो. पण **जेव्हा सर्व जुने दरवाजे बंद होतात, तेव्हा एक नवं द्वार नक्की उघडतं. हा निसर्गनियम आहे.** निराश असताना मनुष्याच्या मनात 'मीच का?' पासून 'शेवटी मी आहे तरी कोण?' पर्यंतचे प्रश्न उद्भवतात. या प्रश्नात मनुष्याला निराशेच्या दलदलीतून बाहेर काढण्याची क्षमता असते. हे प्रश्न त्याच्यासाठी रुख नामक पक्ष्याचं काम करतात.

मनाच्या गाभाऱ्यातून असे प्रश्न उद्भवतात, तेव्हा जीवनात गुरूचा प्रवेश होतो. रुख पक्ष्याच्या पायाशी बांधून घेणं, म्हणजेच गुरूंकडून दीक्षा घेणं,

गुरूच्या आज्ञेत राहणं होय. गुरूच्या मार्गदर्शनानुसार परिपूर्ण साधना करून शोधक दिव्य उड्डाण करून 'मी'पणाच्या (अहंकाराच्या) बेटावरून बाहेर पडतो.

कठीण संकटांनी घेरून टाकलेलं असतानाही सिंदबाद ज्याप्रमाणे त्या सर्वांतून बाहेर पडला, त्यावरून हेच सिद्ध होतं, की **'प्रत्येक समस्येचं उत्तर त्या समस्येच्या आतच दडलेलं असतं.'** जसं, निर्जन बेटावर इतक्या विशालकाय पक्ष्याच्या पायांच्या पकडीतून वाचण्यासाठी पक्ष्याचे पायच उपयोगी पडले. आहे ना नवलाची गोष्ट? तसंच मायेच्या या जगातून मुक्त होण्यासाठी माया बनवणाऱ्या मायापतीचंच साहाय्य घ्यावं लागतं. कारण माया बनवणाराच मायेपासून तुम्हाला मुक्त करू शकतो.

बेटावरून निघाल्यावर सिंदबाद, अजगर व विषारी सापांचा सुळसुळाट असलेल्या अरण्यात पोहोचला. म्हणजे आगीतून फुफाट्यात! पण तेथूनही तो युक्तीनं बाहेर पडला. म्हणजे आग व फुफाटा या दोहोंना त्यानं एकसमान बनवून टाकलं. हे सगळे अनुभव सिंदबादचं साहस विकसित करत गेले.

अशा प्रकारे सर्पांच्या दरीतून गिधाडाच्या मदतीनं सिंदबाद पर्वतशिखरावर जाऊन पोचला. त्याच्या सोबत होती हिऱ्यांनी भरलेली पिशवी. त्यांतील काही हिरे त्यानं तिथल्या व्यापाऱ्यांमध्ये वाटून टाकले. खरंतर लोभाला बळी पडून तो ते हिरे विकून अफाट संपत्तीचा स्वामी बनू शकला असता. पण तुष्टीपासून मुक्त होऊन त्यानं गरिबांनाही धन दान केलं.

या प्रवासात सिंदबादला आणखी एक मुक्ती मिळाली- तुलनेपासून मुक्ती. पहिल्या सफरीत सिंदबादनं इतकी संपत्ती कमावली होती, की उर्वरित आयुष्य तो आरामात बसून खाऊ शकला असता. पण इतरांचं पाहून, केवळ पैसा मिळवून आरामात आयुष्य व्यतीत करणं यालाच जीवनाची इतिकर्तव्यता समजण्याची चूक त्यानं केली नाही. उलट स्वतःच्या मौलिकतेचा त्यानं शोध घेतला. पहिली सफर त्यानं धन कमावण्यासाठी केली असली, तरी पुढच्या सफरी त्यानं आपली मौलिकता ओळखून केल्या. आव्हानांना सामोरं जाण्याच्या इच्छेतून सिंदबादला अनेक दुर्लभ अनुभव मिळाले. त्यांतून तो निसर्गनियम शिकला. अशा प्रकारे साहस या एका गुणामुळेच त्याचे आणखीही अनेक गुण विकसित होत गेले.

तुम्हालाही जीवनातील संकटांतून प्रत्ययास येणारे निसर्गनियम जागृत राहून अनुभवानं जाणायचे आहेत. स्वतःमध्ये तेजसाहस हा गुण विकसित करायचा आहे. कारण धाडसी युक्तीच तुम्हाला तुष्टी व तुलनेपासून मुक्ती देईल.

प्रकरण ३

तुष्टीपासून मुक्ती मिळवण्याचे उपाय

मौलिकतेचा परिचय (भाग १)

सत्-मार्गावर चालत असताना द्वितीय आंतरिक धाडसी सफरीत तुम्हाला दोन प्रकारच्या मुक्तींवर कार्य करायचं आहे. पहिली मुक्ती आहे - **तुष्टीपासून मुक्ती**. तुष्टी म्हणजे इंद्रियांचा लोभ. इंद्रियांचे भोगविलास पूर्ण झाल्यावर जाणवणारी भावना. मनुष्य या भावनेच्या गुलामगिरीत सगळं आयुष्य व्यतीत करतो. सतत तुष्टी मिळत राहून इंद्रियांचं अस्तित्व टिकून राहावं, अशीच इंद्रियांची इच्छा असते.

तुष्टी म्हणजे काय हे आणखी योग्य प्रकारे जाणून घेऊया.

मनुष्याला शरीरासोबत पाच इंद्रियं मिळालेली आहेत - डोळे, कान, नाक, जीभ व त्वचा. या इंद्रियांमुळे मनुष्याच्या मनात निरनिराळ्या इच्छा जागृत होतात. डोळ्यांना हवी असतात मोहक दृश्यं; कानांना

हवं असतं मधुर संगीत, नाकाला हवा असतो सुवास, जिभेला हवं असतं स्वादिष्ट जेवण आणि त्वचेला हवा असतो सुखद स्पर्श. या पंचेंद्रियांची इच्छापूर्ती केल्यानं मनुष्यास सुख प्राप्त होतं. म्हणून तो आजीवन त्या इच्छांच्या पूर्तीसाठी प्रयत्नरत राहतो. कारण हेच परम सुख आहे, असं त्याला वाटतं.

इंद्रियांच्या इच्छापूर्तीत मग्न असलेल्या मनुष्याला हे माहीत नसतं, की तो म्हणजे त्याचं शरीर नव्हे; तो शरीरापल्याड असलेलं परमचैतन्य आहे. **शरीर हे तर फक्त वापरण्याचं एक साधन आहे.** हे साधन वापरून इंद्रियांना तुष्टी मिळवून द्यायची नाहीये, तर स्वतःला जाणून परमसंतुष्टी (तेजसंतुष्टी) मिळवायची आहे. तथापि, स्वतःला केवळ शरीर मानल्याने तो इंद्रियांच्या तुष्टीत रममाण राहतो. अशा प्रकारे इंद्रियांचा मृत्यू होईपर्यंत हा क्रम चालूच राहतो. म्हणजे, म्हातारपणी ऐकायला कमी येऊ लागतं, धूसर दिसू लागतं, जिभेची चव जाते, खाण्याची पथ्यं चालू होतात, तोवर मनुष्य इंद्रियांच्या तुष्टीतच मग्न राहतो. तुष्टीपासून मुक्त होण्याचे अनेक मार्ग उपलब्ध आहेत, हेच त्याला माहीत नसतं. या तुष्टीपासून सुटका होण्याचे काही उपाय असे आहेत –

१. **अँकरींगमधून शारीरिक प्रशिक्षण –**

आपलं शरीर हे लिहिण्याच्या पेनाप्रमाणे असतं. ऐन परीक्षेत पेपर लिहीत असताना पेन बंद पडला, सगळं येत असूनही केवळ पेन बंद पडल्यामुळे तुम्ही लिहू शकला नाहीत, असं घडलंय का कधी तुमच्या आयुष्यात? असं घडतं, तेव्हा आपल्या जीवाला किती हळहळ वाटते बरं! अगदी याचप्रकारे मनुष्याचं शरीर अप्रशिक्षित असेल, तर उच्च ज्ञान प्राप्त होऊनदेखील त्याचं शरीर त्या ज्ञानाचा वापर करून घेऊ शकणार नाही. विचार करा, ही किती शोचनीय बाब असेल! परीक्षा तर दर वर्षी येते, पण मनुष्य जन्म पुनःपुन्हा थोडाच मिळतो? शरीर प्रशिक्षित नसल्यास, ते ज्या कामासाठी मिळालेलं आहे, ते होऊ शकणार नाही. मनुष्याला पृथ्वीवर मिळालेला जन्म व्यर्थ जाईल. म्हणून तुष्टीपासून मुक्ती मिळवण्यासाठी शरीराचं प्रशिक्षण अनिवार्य आहे, जे तुम्हाला जाणीवपूर्वक करायचं आहे. मात्र या प्रशिक्षणाचा मार्ग **खडतर** आहे.

शारीरिक प्रशिक्षणासाठी तुम्हाला खडकाळ रस्त्यावरून मार्गक्रमण करायचं आहे. मन मात्र जुन्या रस्त्यांवरून हाक मारेल, पण शरीराचं प्रशिक्षण हेच तुमचं लक्ष्य असायला हवं.

चित्रात प्रशिक्षणाच्या मुद्रेत मनुष्याचे दोन्ही हात पाठीमागे आहेत. ही मुद्रा तुमच्यासाठी अँकरचं काम करेल. **मेंदूमध्ये ज्या मुद्रेशी अँकरींग होते, तशी भावना**

मनात उत्पन्न होते. उदाहरणार्थ, प्रार्थनेसाठी हात जोडण्याच्या मुद्रेशी एक आंतरिक हूक तयार होतं आणि तुम्ही तसं करताच धन्यवाद, समर्पण असे भाव जागृत होतात. याला म्हणतात अँकर. आता तुम्हाला हात पाठीमागे घेण्याचं हूक तयार करायचं आहे. जेव्हा तुमचं मन म्हणेल, आज पोटभर खाऊन घेतो... आज व्यायाम करावासा वाटत नाहीये, तेव्हा तुम्हाला हात पाठीमागे घ्यायचे आहेत. चांगली बाब म्हणजे तुमच्यामध्ये अशी अँकरींग अगोदरच केली गेलेली आहे. जसं कुणीही एखादा नवा प्रस्ताव मांडला, की उद्यापासून आपण रोज सकाळी सहा वाजता वॉकला जाऊया; अमुक पाहुण्यांना रात्री जेवायला बोलावूया; उद्यापासून नव्या ट्यूशन क्लासला जाऊया, वगैरे, तर मनुष्य लगेच म्हणतो, 'नाही; मला यायला जमणार नाही.' कोणत्याही गोष्टीसाठी अगोदर 'नाही' हेच उत्तर येतं. हे मनुष्याच्या मेंदूत सुरुवातीपासूनच रेकॉर्डेड आहे. या प्री-रेकॉर्डिंगचा लाभ तुम्हाला करून घ्यायचा आहे. या अँकरींगचा आणखी एक लाभ आहे.

हात पाठीमागे नेणं हा खांद्यांसाठी व पाठीसाठी एक उत्तम व्यायाम आहे. करून पाहा - लगेच बरं वाटू लागेल. कॉम्प्युटरवर सतत काम करण्याऱ्या लोकांसाठी तर हे अत्यावश्यक आहे. दिवसभरात अधूनमधून त्यांनी हे करायलाच हवं. आरोग्यासाठी व्यायामाचा उपयोग होतोच, पण तुमच्यासाठी ही तुष्टीपासून मुक्तीची मुद्रा आहे. जेव्हा जेव्हा तुमचं मन जुन्या वळणावर जाऊ पाहील, तेव्हा तेव्हा तुम्हाला फक्त हात पाठीमागे करायचे आहेत, म्हणजेच जणू मनाच्या वारूचा लगाम तुम्ही खेचत आहात.

तप मार्ग

आपण जेव्हा भरपूर, सतत व्यायाम करतो, तेव्हा आपल्याला तप केल्यासारखं वाटतं. कुठल्याही आसनात अधिक काळ बसून राहता, तेव्हा तुम्हाला तप केल्यासारखं वाटतं. तपाचा तुम्हाला ताप होतो, पण त्याचे परिणाम येऊ लागतात, तेव्हा उमजतं, की शरीर दीर्घकाळ चालवायचं असेल, तर हे किती आवश्यक आहे. आपलं शरीर हे एक साधन आहे आणि त्याचा आपल्याला उपयोग करून घ्यायचा आहे, ही जाण सदैव राहिली, म्हणजे तुष्टीपासून सहज सुटका होऊ शकते. अन्यथा 'मी शरीर आहे,'

ही धारणा कायम असेल, तर मनुष्याला वाटतं, 'मी शरीरालाच सुख देत राहीन.' असं करताना तो गरजेपेक्षा अधिक गुंतत जातो. मायेत असा अडकतो, की त्यातून बाहेर पडूच शकत नाही. पण आता हळूहळू शरीराला नवं प्रशिक्षण द्यायचं आहे.

चला, आपल्या एका सवयीवर अँकरींग करायला शिकूया. यासाठी मननाची आवश्यकता आहे.

मनन

एखाद्या विषयावर तुमच्या सहमतीनुसार तुमची भावना तयार होते. उदाहरणार्थ, तुमच्या अंतर्मनाला या गोष्टीची ठाम खात्री (सहमती) आहे, की 'समोरची व्यक्ती विनयानं बोलली, तरच मी आनंदी होईन.' मग असं जर झालं, तर तुम्ही आनंदी नव्हे तर दुःखी बनता. ही सहमतीच खरंतर दुःखाचं कारण आहे. तुम्हाला या सहमतीवरच प्रकाश टाकायचा आहे.

१. दोन्ही हात पाठीमागे घ्या. डोळे बंद करून, खोल श्वास घेऊन सावकाश सोडा, आणि एखाद्या अशा व्यक्तीला समोर आणा, जिला तिच्या वाणीवर नियंत्रण ठेवायला हवं, असं तुम्हाला वाटतं. ज्याचं आपल्या बोलण्यावर नियंत्रण राहत नाही, असा कोण आहे, यावर मनन करा.

२. मग स्वतःला विचारा, 'त्याचं उलटसुलट बोलणं ऐकून जर मला राग येत असेल, तर त्यानं त्याच्या जिभेला लगाम घालायला हवा, की मला माझ्या विचारांवर लगाम घालायला हवा?' या दोहोंपैकी कुठला विचार सत्य आहे?

अनियंत्रित बोलणं लोकांना ऐकू येतं, दिसतं, पण अनियंत्रित विचार इतरांना दिसत नाहीत. म्हणून या विचारांवर काम करण्याची गरज आपल्याला भासत नाही. **पण केवळ जिभेवर नियंत्रण ठेवून मुक्ती मिळू शकत नाही.**

३. स्वतःला विचारा, 'समोरच्या व्यक्तीची जीभ घसरते, काहीही बोलते तेव्हा माझेही विचार घसरतात का? पुढच्या वेळी समोरच्या मनुष्याची जीभ अनियंत्रित होईल, तेव्हा माझे विचार कसे असतील? मला माझ्या जिव्हेद्वारे विचारांना दिशा द्यायची आहे. **विचारांना दिशा मिळू शकेल, अशी माझी वाणी असायला हवी, म्हणजेच मला जिव्हेवरचं नियंत्रण शिकायचं आहे.** जिभेचा, शब्दांचा उपयोग योग्य रीतीनं करणं मला शिकायचं आहे, समोरच्या मनुष्याला नाही.'

४. स्वतःला विचारा, 'आता मला कसं वाटतंय? मला दुःखदायी ठरणाऱ्या त्या

करारापासून (सहमतीपासून) मी मुक्त झालोय का? आता जर कुणी बडबडू लागला, तरी मी आनंदी राहू शकेन की नाही?' असं विचारल्याने तुम्ही दुःखदायी सहमतीपासून वाचाल.

५. स्वतःला सांगा, 'माझ्या संवादाला व विचारांना योग्य दिशा देणारे शब्दच मी उच्चारेन. आधी समोरच्या मनुष्याला पाहून मी मनातून अनियंत्रित होत असे, पण आता त्यातून मुक्त झालोय.' एकदा तुमच्या अंतर्मनाप्रत ही गोष्ट पोहोचली, की तुम्ही त्वरित मुक्ती मिळवू शकता. जुन्या मार्गांवरील असे कितीतरी विचार असतील, जे तुमच्या मनात खोलवर रुजले असतील. मात्र आता तुम्हाला नवे रस्ते बनवायचे आहेत. इथं एक उदाहरण दिलं गेलं आणि एक नवा रस्ता बनवण्याचा सराव करवून घेतला गेला. पुढच्या वेळी तोच मनुष्य येऊन जेव्हा पुन्हा बडबडू लागेल, तेव्हा तुम्हाला काय आठवेल? 'माझ्या विचारांवर नियंत्रण ठेवण्याची आठवण करून दिल्याबद्दल धन्यवाद!' तुमच्या विचारांवर नियंत्रण मिळालं, तर कुठलं दुःख शिल्लक राहील बरं?

ध्यान

तुष्टीपासून सुटका मिळवण्यासाठी तुम्हाला इथं दिलेल्या प्रतीकावर ध्यान करायचं आहे.

चित्रात तुम्हाला दिसेल, की एक मनुष्य हात वर करून उभा आहे आणि त्याच्या डोक्यावर ठेवलेल्या गोलकावर रथाचं चित्र रेखाटलेलं आहे. रथाचे घोडे धावत नाहीयेत; त्यांचा लगाम खेचलेला आहे. हा रथ युद्धावर निघालेला नाही. त्याचे घोडे थांबलेले आहेत. तुम्हाला या प्रतीकावर ध्यान करायचं आहे. तुमच्या मनाचा घोडा बेफाम होऊन धावू लागेल, तेव्हा याचा उपयोग करायचा आहे.

१. डोळे बंद करून तुम्ही निवडलेल्या आसनावर ध्यानमुद्रेत बसा.

२. कोणतं दृश्य पाहून तुमचं मन चिंतेनं भरून जातं, त्याचा विचार करा. मग प्रतीक चित्र डोळ्यांपुढे आणा. घोड्यांचा लगाम खेचा. दीर्घ श्वास घ्या आणि मन चिंतामुक्त करा.

३. कोणतं जेवण समोर येताच तुम्हाला त्याचा मोह पडतो, जिभेवर तुमचं नियंत्रण

राहत नाही? डोक्यावरील गोलकावर असलेला घोडा आठवा. त्याचा लगाम ओढत म्हणा, 'मी स्वादाच्या आहारी जात नाहीये.'

४. तुम्ही प्रशंसेचे गुलाम आहात का, यावर विचार करा. कुणी प्रशंसा केली, तर तुमचा अहंकार फुलतो का? असं असेल, तर लगाम खेचा. म्हणा, 'प्रशंसा झाली तर उत्तम; नाही झाली, तरी मला माझे गुणावगुण चांगलेच माहीत आहेत!

५. कुठला स्पर्श हवाहवासा वाटतो, त्याचा विचार करा. थंडगार हवेचा, थंडीत पांघरलेल्या रजईचा, जवळच्या व्यक्तींचा? आवडणाऱ्या स्पर्शांची इच्छा होणं वाईट नव्हे, परंतु त्याच्या तुष्टीमध्ये गुंतून पडणं म्हणजे घोड्याचा लगाम सैल सोडण्यासारखं आहे. प्रतीक चित्राचं ध्यान करून स्वतःला तशी आठवण करून द्या.

आता सावकाश डोळे उघडा.

प्रकरण ४

तुलनेपासून मुक्ततेचे उपाय
मौलिकतेचा परिचय (भाग २)

दुसऱ्या प्रवासात तुम्हाला आणखी एक मुक्ती मिळवायची आहे. ती म्हणजे, तुलनेपासून मुक्ती. आजकाल जगात जणू स्पर्धाच चालू आहे. सगळे एकमेकांची बरोबरी करत असतात. पद, पैसा, प्रसिद्धी अशा बाबतीत प्रत्येक जण दुसऱ्यांपेक्षा वरचढ राहू इच्छितो. स्त्रिया पुरुषांची बरोबरी करतात. पुरुषांप्रमाणे सिगारेट ओढू पाहतात, त्यांच्यासारखे कपडे वापरू इच्छितात, त्यांच्यासारखे केस राखू पाहतात. पण पुरुषांची बरोबरी करण्याच्या नादात त्या स्वतःची मौलिकता गमावत आहेत, हे त्यांच्या लक्षात येत नाहीये.

इकडे पुरुष कुठल्याही बाबतीत त्यांच्या पुढं असलेल्या लोकांशी तुलना करत राहतात. असं जर कुणी विचारपूर्वक करत असेल, तर ठीक, अन्यथा

दुसऱ्यांशी तुलना करण्याच्या नादात लोक स्वतःचं आयुष्य बरबाद करून टाकतात.

म्हणून हे जाणून घेणं आवश्यक आहे, की कुणालाच कुणाशी तुलना करण्याची गरज नाही. प्रत्येक मनुष्यात स्वतःची एक मौलिकता दडलेली असते. ती शोधून तिला समृद्ध करायचं आहे. तुम्हाला कुणा इतरांसारखं नव्हे, तर स्वतःसारखंच मौलिक बनायचं आहे.

तुम्हाला एक निराळ्या मार्गावर चालायचं आहे. सामान्यपणे मनुष्य तीन निरनिराळ्या प्रकारच्या मार्गांवरून चालत असतो. एक, तम-मार्ग; दुसरा, रज-मार्ग; आणि तिसरा सत्-मार्ग. जो तम-मार्गी आहे, त्यानं रज-मार्गी बनावं; जो रज-मार्गी आहे, त्यानं सत्-मार्गी बनावं, आणि जो सत्-मार्गी आहे, त्यानं स्व-मार्गी बनावं. इथं 'स्व-मार्गी' बनण्याचा अर्थ आहे, भगवान बुद्ध, महावीर, मीरा, कबीर यांच्यासारखं बनणं.

म्हणून सर्वांनी आपापल्या मार्गावर चालावं. इतरांच्या मार्गाशी बरोबरी करून त्यात अडकून पडू नये. स्त्रियांचे गुण निराळे; त्यांना बनवलंय निराळं. खरंतर ही त्यांची मौलिकता आहे. पण जेव्हा ही मौलिकता त्या गमावू लागतात, तेव्हा त्यांना एक कृत्रिम मुखवटा चढवावा लागतो. अशा प्रकारे त्या आपल्या मूळ अस्तित्वापासून दूर होत जातात.

पुरुष इतरांना पाहून एका अंध शर्यतीत भाग घेतल्याप्रमाणे धावत राहतात. त्यातून ते तम-मार्गी किंवा रज-मार्गी बनतात. वास्तविक त्यांनी सत्-मार्गी बनायला हवं आणि तुलनाही केवळ स्वतःशीच करायला हवी.

तुलनेपासून मुक्ती मिळवण्यासाठी कधीही इतरांसोबत बरोबरी करू नका. स्पर्धा केवळ स्वतःशी करा - 'आज मी अमुक करू शकतोय, तर उद्या यापेक्षा उत्तम कसं करू शकेन? आज मी तमुक करू शकत नाहीये, तर उद्या ते कसं करू शकेन?' याचा विचार करा.

'दुसरा कुणी हे करतोय, म्हणून मलाही तेच करायचं आहे,' ही भावना मनात बाळगू नये. आज जे शक्य होत नाहीये, ते उद्या कसं शक्य करता येईल, हा प्रश्न विचारत राहून स्वतःशीच बरोबरी, स्पर्धा करावी.

एक शिक्षक होते. शिकवायला त्यांना खूप आवडायचं. मन लावून ते विद्यार्थ्यांना शिकवत असत. विद्यार्थ्यांनाही ते फार आवडत असत. काही वर्षांनंतर एकदा जुने विद्यार्थी त्यांना भेटायला आले. ते विद्यार्थी आता मोठमोठ्या कंपन्यांमध्ये उच्च पदांवर

कार्यरत होते. त्यांचं उत्पन्नही बरंच होतं. त्यांनी गुरुजींचे हालहवाल जाणून घेतले, आणि ते म्हणाले, ''हे काय? सर, तुम्ही अजून इथंच? तुम्ही आम्हाला शिकवलंत, पण - आम्ही तर आता कुठल्या कुठं पोचलो आहोत. म्हणत असाल, तर आमच्या कंपनीत तुमच्यासाठी शब्द टाकून बघू?''

तेव्हा गुरुजींनी त्यांना विचारलं, ''तुम्हाला माझं शिकवणं कसं वाटायचं?''

विद्यार्थी उत्तरले, ''खूपच छान!''

त्यावर गुरुजींनी विचारलं, ''मग पुढच्या पिढीलाही माझ्या शिकवण्याचा लाभ मिळावा, असं नाही का वाटत तुम्हाला?''

हे ऐकून सर्वांच्या माना खाली गेल्या. काय उत्तर द्यावं हेच कुणाला समजेना.

ही नोकरी सोडून एखाद्या कंपनीत जाण्याचं त्या शिक्षकाच्या मनात कधीच आलं नाही. कारण शिकवणं हीच त्यांची मौलिकता असल्याचं ते चांगलं जाणून होते. म्हणून त्याच कार्याला ते प्राधान्य देत.

या उदाहरणातून प्रत्येकात काही मौलिक गुण असतात हे लक्षात येतं. त्यांची युक्ती वापरून तुलनेपासून मुक्ती मिळवायची आहे. कदाचित मनात शंका येईल, 'असं केलं तर आमचा विकास कधीच होणार नाही.' परंतु हा भ्रम सोडून तुम्हाला सत्-मार्गावर चालायचं आहे. तुम्ही फक्त एवढंच पाहा, की तुम्हाला जे करायचं आहे, ते तुम्ही करू शकत आहात की नाही! करू शकत नसाल, तर कसं करता येईल? सदोदित यावरच काम करत राहा. असा आपल्या मौलिकतेचा शोध तुम्हाला एक नव्या पातळीवर घेऊन जाईल.

विचार करा, तुमच्यामध्ये असं काय आहे, जे तुम्हाला मनापासून, खरोखर खूप आवडतं? त्याचीच पातळी वाढवायची आहे. मग भलेही आयुष्यभर केवळ वरणभात खावा लागला तरीही. अशा प्रकारे तुमचं शरीर प्रशिक्षित झालं, तर तुष्टी कधीच तुमच्या मार्गात अडथळा बनू शकणार नाही आणि तुम्ही सहजगत्या तुलनेपासून मुक्त होऊ शकाल.

तुलनेपासून सुटका – प्रश्नोत्तरं

तुलना सोडून मौलिकता प्रकट करणं, खरंतर हेच तुमचं उद्दिष्ट असायला हवं. त्यात तुमच्यासाठी सुवार्ता ही आहे, की तुमची बरोबरी करू शकेल, असा या पृथ्वीवर अन्य 'कुणी नाही'. मग जर तुमची बरोबरी करणारा 'कुणी नाही', तर तो 'कुणी

नाही'च तुम्हाला शोधून काढायचा आहे. तुमच्याहून सरस 'कुणी नाही,' तर त्या 'कुणी नाही'लाच शोधा!

समजा, तुमच्याशी बरोबरी करणारा 'क्ष'असेल, तर तुम्ही काय कराल? त्या 'क्ष'ला शोधून काढाल की नाही? अगदी त्याच प्रकारे, जेव्हा असं म्हटलं जातं, की तुमची बरोबरी करणारा 'कुणी नाही,' तेव्हा तुम्हाला काय करायचं आहे? त्या 'कुणी नाही'लाच शोधायचं आहे, एवढंच! जेव्हा तुम्ही कुणी बनता, तेव्हा तुमची मौलिकता मागे पडते. म्हणून तुमची मूळ स्थिती, 'कुणी नाही'ची स्थिती शोधायला हवी. तुमच्याशी बरोबरी करणारं 'कुणी नाही', हे स्पष्ट झाल्यानंतर जेव्हा मन तुम्हाला कधी विचारेल, 'माझं दुःख कोण दूर करेल?' तेव्हा उत्तर काय येईल? – 'कुणी नाही!'

अशा प्रकारे तुम्ही स्वतःला काही प्रश्न विचारून स्वतःच त्याची उत्तरं द्या. असं केल्याने लवकरच सत्य तुमच्यासमोर प्रकट होईल. उदाहरणार्थ,

मन : त्सुनामी कोण आणणार आहे?

उत्तर : कुणी नाही.

मन : चिंता कोण करणार आहे?

उत्तर : कुणी नाही.

मन : आरोग्याची काळजी कोण घेणार आहे?

उत्तर : कुणी नाही.

मन : इस्पितळ कोण सुरू करणार आहे?

उत्तर : कुणी नाही.

मन : इतिहास कोण लिहिणार आहे?

उत्तर : कुणी नाही.

मन : मार्ग कोण घडवणार आहे?

उत्तर : कुणी नाही.

मन : काळा पैसा कोण बाहेर काढणार आहे?

उत्तर : कुणी नाही.

मन : शुभ्र प्रकाश कोण आणणार आहे?
उत्तर : कुणी नाही.
मन : जागतिक लोकसंख्येचं नियंत्रण कोण करणार आहे?
उत्तर : कुणी नाही.
मन : नोकरी कोण करणार आहे?
उत्तर : कुणी नाही.
मन : स्वयंपाक कोण करणार आहे?
उत्तर : कुणी नाही.
मन : दुकानात कोण जाणार आहे?
उत्तर : कुणी नाही.
मन : बँकेत कोण जाणार आहे?
उत्तर : कुणी नाही.
मन : विवाह कोण करणार आहे?
उत्तर : कुणी नाही.
मन : उदरनिर्वाह कोण चालवणार आहे?
उत्तर : कुणी नाही.
मन : घर कोण चालवणार आहे?
उत्तर : कुणी नाही.
मन : कोण हसणार आहे?
उत्तर : कुणी नाही.
मन : कोण रडणार आहे?
उत्तर : कुणी नाही.
मन : हे विश्व कोण चालवणार आहे?

उत्तर	:	कुणी नाही.
मन	:	कोण मुक्त होणार आहे?
उत्तर	:	कुणी नाही.
मन	:	कोण गुलाम आहे?
उत्तर	:	कुणी नाही.
मन	:	देशाचा विकास कोण करणार आहे?
उत्तर	:	कुणी नाही.
मन	:	स्वतः प्रकट कोण झालंय?
उत्तर	:	कुणी नाही.
मन	:	ईश्वराहून मोठा कोण?
उत्तर	:	कुणी नाही.
मन	:	कोण मरणार आहे?
उत्तर	:	कुणी नाही.
मन	:	पार्ट-टूमध्ये (मरणोत्तर जीवनात) कोण जाणार आहे?
उत्तर	:	कुणी नाही.

आता थोडा वेळ डोळे बंद करा. प्रत्येक गोष्टीच्या मुळाशी जे 'कुणी नाही', यावर मनन करा. 'कुणी नाही' जर प्रत्येक कर्म करवून घेतोय, तर मग 'आपण कोण आहोत?'

- आपणच 'कुणी नाही' आहोत का?

- प्रत्येक मनुष्य 'कुणी नाही' आहे का?

- 'कुणी नाही'पासूनच जग बनलंय का?

अशी दृष्टी प्राप्त होणं म्हणजे सांख्ययोग. त्याचा अर्थ होतो सर्वांमध्ये स्वतःला पाहणं; सर्वांमध्ये ईश्वर पाहणं, सर्वांमध्ये एकच बाब (संख्येपासून मुक्त असणं) जाणणं – इतर कुणी नाही! कुणी नाही! कुणी नाही! सांख्ययोगाच्या मार्गावर चालताना तुम्ही प्रत्येकात 'कुणी नाही'! हे पाहण्याची सवय अवलंबून एक नवा मार्ग घडवत असता.

जगात प्रत्येक मनुष्याला दुःखातून निवृत्त व्हायचं असतं. दुःख का होतं, त्यापासून कायमची सुटका कशी मिळवता येईल, हे प्रश्न मनुष्याला नेहमीच त्रस्त करत आलेले आहेत. या प्रश्नांचं उत्तर मिळवणं, म्हणजेच ज्ञान प्राप्त करणं होय. 'सांख्य' हा शब्द 'सम्यक ज्ञान' (सर्वांमध्ये एकच आत्मा आहे) या अर्थानंही घेतला जाऊ शकतो. या ज्ञानाचं निरूपण करणारा योग म्हणजे सांख्ययोग.

महाभारताच्या रणभूमीवर अर्जुनानं निराश होऊन त्याची शस्त्रं खाली ठेवली, तेव्हा श्रीकृष्णानं त्याला सांख्ययोगाद्वारे ज्ञान देत सांगितलं, 'मृत्यू शरीराचा होतो; आत्मा मरत नाही आणि कुणाला मारतही नाही. भौतिक वस्तूंसाठी करुणा करणं, शोक करणं, अश्रू ढाळणं या गोष्टी खऱ्या आत्म्याला ओळखत नसल्याची लक्षणं आहेत. आत्म्याप्रति बोध जागणं म्हणजेच आत्मसाक्षात्कार!'

उपरोक्त ओळींच्या सत्यतेची अनुभूती घेण्यासाठी शोध घेत राहणं हा सांख्ययोग आहे. 'मी कोण आहे?' या प्रश्नाला अनुभवाद्वारे जाणून घेतल्यानंतरच सगळ्या प्रश्नांची उत्तरं मिळतात. धर्म व सदाचार यांच्या नियमांचा आधार घेत अर्जुनानं अनेक मुद्दे मांडले, परंतु श्रीकृष्णाच्या मदतीशिवाय तो त्याची समस्या सोडवू शकला नाही. मनुष्याचं शैक्षणिक ज्ञान, विद्वत्ता, उच्च पद या गोष्टी जीवनातील समस्यांचं निराकरण करण्यासाठी व्यर्थ ठरतात, हे त्याला उमजलं. अर्जुनाचं म्हणणं होतं, की राजकारण किंवा समाजकारण यांपेक्षा धर्माला अधिक महत्त्व मिळायला हवं. परंतु अर्जुन जरी बुद्धिमान असला, तरी त्याला हे माहीत नव्हतं, की 'स्वतःला' जाणून घेण्याचं ज्ञान कुठल्याही धार्मिक सूत्रांपेक्षा निश्चितच महत्त्वाचं आहे. म्हणून तो स्वजनांशी लढायला तयार नव्हता. श्रीकृष्णासोबत झालेल्या प्रश्नोत्तरांतून त्याला सत्य उमजल्यावर त्याचा आंतरिक संवाद असा झाला –

मन : युद्ध कोण करणार आहे?

उत्तर : कुणी नाही

मन : मारणारा कोण?

उत्तर : कुणी नाही

मन : मरणारा कोण?

उत्तर : कुणी नाही. कुणीही नाही.

खंड - ३

विस्कळीतपणा आणि वळण यांपासून मुक्ती

एकाग्रता व सजगतेशी युक्ती

प्रकरण १

दर्यावर्दी सिंदबादची तिसरी सफर

मनोमन आपली उत्सुकता सांभाळत हिंदबाद पुढच्या धाडसी सफरीची गोष्ट ऐकायला सिंदबादच्या बंगल्यावर जाऊन पोहोचला. सिंदबादचे अन्य परिचितदेखील तिथं उपस्थित होते.

तिसऱ्या सफरीची गोष्ट सांगत सिंदबाद म्हणाला– "माझी तिसरी गोष्ट पहिल्या दोन गोष्टींहून जास्त रोचक आहे. दुसऱ्या सफरीनंतर मी आरामात जीवन व्यतीत करत होतो, पण माझा अंतरात्मा मला पुढील प्रवासासाठी प्रेरित करत होता. **महालात राहण्यापेक्षा कबरीत राहिलेलं बरं,** ही माझ्या वडिलांनी दिलेली दुसरी शिकवण सदैव माझ्या स्मरणात असे. म्हणून पुन्हा एकदा प्रवासाचं सामान घेऊन मी एका विशाल जहाजावर चढलो. नेहमीप्रमाणे आम्ही एका बेटावरून

दुसऱ्या बेटावर आणि एका देशातून दुसऱ्या देशात व्यापार करत फिरू लागलो.

"एके दिवशी समुद्रात भयंकर वादळ आलं आणि आम्ही मार्ग भरकटलो. अखेरीस एका बेटापाशी पोहोचून जहाजानं नांगर टाकलं. कप्तानानं लक्षपूर्वक बेटाकडे पाहिलं, तेव्हा त्याच्या डोळ्यांतून अश्रू वाहू लागले. मी घाबरून कप्तानाला विचारलं, 'परिस्थिती नियंत्रणाबाहेर आहे काय?'

"उत्तरादाखल कप्तान म्हणाला, 'आता ईश्वरच आपलं रक्षण करू शकतो; आपण वानर पर्वताला आलोय. इथून आजवर कुणीच जिवंत परतलेलं नाही. आपला काळच आपल्या समोर येऊन उभा ठाकलाय.'

"मी विचारलं, 'असं का म्हणताय?'

"कप्तान उत्तरला, 'ज्या बेटावर आपण आलोय, त्याच्या जवळच जंगली लोकांचं बेट आहे. त्यांच्या शरीरावर लाल-लाल केस असतात आणि ते भरकटलेल्या खलाशांना मोठ्या संकटात टाकतात. ते आपल्यापेक्षा आकारानं लहान असले, तरी आपण त्यांच्यासमोर हतबल असतो. त्यांच्यातला एक जण जरी आपल्याकडून मारला गेला, तरी ही बुटकी माणसं मुंग्यांसारखी आपल्याला घेरून टाकतात आणि आपला खातमा करतात.

"आम्ही सगळे हे ऐकून फार घाबरलो, पण आता करू तरी काय शकणार होतो? थोड्याच वेळात कप्तानाचं म्हणणं खरं ठरलं. लाल केसांनी भरलेली छोटी-छोटी शरीरं असलेल्या जंगली बुटक्यांचा एक मोठा घोळका किनाऱ्यावर आला आणि पोहत येऊन त्यांनी जहाज वेढून टाकलं. त्यांच्या भाषेत ते काहीतरी बोलू लागले, पण आम्हाला ते समजलं नाही. वानरांप्रमाणे ते सहजगत्या जहाजावर चढले. नांगराचा दोर कापून त्यांनी जहाज किनाऱ्यावर ओढून घेतलं. शिवाय त्यांनी आम्हाला जहाजावरून उतरायला भाग पाडलं आणि ओढत-ओढत ते आम्हा सर्वांना त्यांच्या बेटावर घेऊन गेले. त्यांच्या धास्तीनं कुठलंच जहाज त्या बेटाजवळ जात नसे, पण इथे तर आमचा काळच आम्हाला खेचून घेऊन आला होता.

"बुटक्यांनी आम्हाला एका घरात बंद करून ठेवलं. अंगणात मनुष्याच्या हाडांचा खच पडलेला होता आणि कित्येक मोठमोठ्या लोखंडी कांबी तेथे ठेवलेल्या होत्या, हे आम्हाला दिसलं. हे पाहून भीतीनं आम्ही बेशुद्धच पडलो. खूप वेळानं शुद्ध

आली, तेव्हा आम्ही आमच्या दुर्दशेवर रडू लागलो. अचानक एक दरवाजा उघडला आणि आतून एक महाकाय दानव अंगणात आला. त्याचं शरीर ताडासारखं उंच होतं आणि तोंड घोड्यासारखं. कपाळाच्या मधोमध त्याला एकच डोळा होता आणि तो निखाऱ्यासारखा तळपत होता. तोंडातून बाहेर डोकावणारे त्याचे दात फार मोठे आणि अणकुचीदार होते. हत्तीसारखे त्याचे कान त्याच्या खांद्यांना झाकून टाकत होते. त्याची नखं शिकारी प्राण्यांसारखी धारदार व वक्र होती. त्या राक्षसाला पाहून पुन्हा एकदा आम्ही सगळे बेशुद्ध पडलो.

''शुद्धीवर आल्यावर आम्हाला दिसलं, की तो दानव जवळच उभा असून आमच्याकडेच पाहतोय. मग तो आमच्या आणखी जवळ आला आणि आमच्यापैकी एकेकाला उचलून हातात घेऊन फिरवून पाहू लागला. खाटकानं शेळी-मेंढीच्या वजनाचा अंदाज घेण्यासाठी जसं परखावं, तसं तो पाहत होता. सर्वांत अगोदर त्यानं मला धरलं, पण पारखून सोडून दिलं. मग प्रत्येकाची त्यानं अशीच पारख केली. अखेरीस कप्तान सर्वांत गलेलठ्ठ आहे, हे पाहून त्यानं एका हातानं कप्तानाला पकडून दुसऱ्या हातानं एक लोखंडी सळई त्याच्या शरीरात आरपार घुसवली आणि मग आग पेटवून कप्तानाला त्यात भाजून खाऊन टाकलं. मग तो आत जाऊन झोपी गेला. ढगांच्या गडगडाटासारखं त्याचं घोरणं रात्रभर आम्हाला भयभीत करत होतं. उजाडल्यावर तो उठला आणि घरातून बाहेर निघून गेला.

''तो गेल्यानंतर आम्ही आमच्यावर ओढवलेल्या परिस्थितीवर शोक करू लागलो. त्या भयंकर दानवापासून जीव कसा वाचवायचा, हे आम्हाला काही केल्या सुचत नव्हतं. शेवटी आम्ही आमचा भार ईश्वरावर सोपवला. मग घरातून बाहेर पडून झाडपाला खाऊन कशीबशी भूक मिटवली. रात्री पुन्हा त्या घरात आम्हाला जायचं नव्हतं, परंतु रात्र घालवता येईल, अशी अन्य जागाही तिथे उपलब्ध नव्हती. आणि तसंही, त्या दानवानं आम्हाला शोधून तर काढलंच असतं. म्हणून आम्ही पुन्हा त्या घरी परतलो. थोडी रात्र झाल्यावर तो दानव पुन्हा आला. पहिल्या खेपेप्रमाणेच त्यानं पुन्हा आम्हा एकेकाला उचलून पाहिलं आणि इतरांच्या तुलनेत जरा लठ्ठ असलेल्या आमच्या एका सहकाऱ्याला भाजून खाऊन टाकलं.

''सकाळी तो जेव्हा बाहेर निघून गेला, तेव्हा आम्हीही बाहेर पडलो. त्याचवेळी मी ठरवलं, की इथून पुढं मी मुद्दाम कमी खात जाईन, म्हणजे दानवाला माझ्यात रुची

वाटणार नाही. आमच्यापैकी अनेक जण या संकटामुळे निराश झालेले होते. अनेकांना वाटत होतं, की अशा त्रासदायक मरणापेक्षा समुद्रात जीव देणं परवडलं. पण एकजण म्हणाला, 'आत्महत्या करणं पाप आहे. या दानवापासून वाचण्यासाठी आत्महत्या करायला नको.' त्याचं ऐकून आम्ही आत्महत्येचा विचार सोडून दिला आणि जीव वाचवण्यासाठी काय करता येईल, याचा विचार करू लागलो.

''एक उपाय सुचून मी म्हणालो, 'बघा, इथं सागरकिनारी खूप लाकूड आणि दोरखंड पडलेले आहेत. त्यांच्यापासून चार-पाच नौका बनवून कुठंतरी लपवून ठेवून देऊया. संधी मिळताच नौकांत बसून आपण इथून पळून जाऊया. जास्तीत जास्त काय होईल, कदाचित नौका बुडतील. पण दानवाच्या हातून मरण्यापेक्षा तसा मृत्यू बेहत्तर!

''माझी कल्पना सगळ्यांना आवडली. आम्हाला नौका बनवता येत होती. म्हणून आम्ही दिवसभरात चार-पाच लहान-लहान अशा नौका बनवल्या, ज्यांत प्रत्येकी तीन-चार लोक बसू शकत होते. रात्री रोजच्या प्रमाणे दानवानं प्रत्येकाला उचलून-फिरवून पाहिलं आणि एका धष्टपुष्ट माणसाला सळईनं भोसकून, भाजून खाऊन टाकलं. मग जेव्हा तो झोपला आणि त्याचं घोरणं तीव्र झालं, तेव्हा मी माझ्या सोबत्यांना एक योजना सांगितली आणि त्यानुसार आम्ही काम सुरू केलं.

''तिथं कित्येक सळ्या पडलेल्या होत्या आणि अजून आगही चांगली भडकलेली होती. मी व अन्य सोबत्यांनी एक-एक सळई आगीत तापवून लाल करून घेतली आणि मग त्या तप्त सळ्या दानवाच्या डोळ्यात खुपसल्या. आता तो पूर्णपणे अंध झाला होता. वेदनेमुळे तो कण्हू लागला; हात-पाय झाडू लागला. आम्ही त्याच्यापासून वाचून कोपऱ्यांत जाऊन लपलो. कारण त्यावेळी जर कुणी त्याच्या हाती पडलं असतं, तर त्यानं त्याला कच्चंच खाऊन टाकलं असतं. मग तो डरकाळ्या फोडत घराबाहेर पळून गेला आणि आम्ही सगळे समुद्रकिनारी येऊन आमच्या लपवून ठेवलेल्या नावांमध्ये स्वार झालो.

''पहाटे उजाडताच प्रवास सुरू करण्याची आमची इच्छा होती. तोच आम्हाला दिसलं, की तो दानव त्याच्यासोबत एका विशाल मादी दानवास घेऊन येत होता. ती तर त्याच्यापेक्षाही विशाल आणि अक्राळ-विक्राळ होती. त्यांना पाहताच आम्ही नौका खोल समुद्रात नेल्या आणि जोरजोरानं वल्हवू लागलो. ते दानव समुद्रात पोहू शकत नव्हते, परंतु त्यांनी किनाऱ्यावरूनच आमच्यावर मोठमोठ्या शिळा फेकायला सुरुवात

केली. परंतु सुदैवाने मी व माझे दोन सोबती ज्या नौकेत होतो, ती एकमेव वगळता बाकी सगळ्या नौका बुडाल्या. आम्ही जोरजोरानं वल्ही मारत आमची नौका समुद्रात इतकी दूर घेऊन आलो, जेथवर त्यांनी फेकलेल्या शिळा पोहोचू शकत नव्हत्या.

''मात्र खुल्या समुद्रात येऊनही आमची संकटं काही अद्याप संपली नव्हती. जोरदार वारं आमच्या लहानशा नावेस कस्पटासारखं पाण्यावर उडवत होतं. चोवीस तास आम्ही अशाच परिस्थितीत राहिलो. मग आमची नौका एका बेटाच्या किनाऱ्याला लागली. आम्ही आनंदानं त्या बेटावर उतरलो. किनाऱ्यावरील झाडांची फळं पोटभर खाल्ल्यावर आमच्या शरीरात जरा शक्ती आली. आम्ही ताजेतवाने झालो. मग रात्री आम्ही किनाऱ्यावरच झोपलो. अचानक एका मोठ्या सळसळत्या आवाजानं जाग आली. पाहतो तर काय! नारळाच्या झाडाइतका एक लांबलचक असलेला साप आमच्या एका सोबत्याला खात होता. त्यानं प्रथम आमच्या सोबत्याच्या शरीराला जोराचा वेढा घातला आणि मग त्याला गिळून टाकलं. थोड्या वेळानं त्यानं त्याची हाडं तोंडातून काढून फेकली आणि तेथून तो निघून गेला. आम्ही उरलेल्या दोघांनी ती रात्र मोठ्या काळजीत घालवली. इतक्या अडचणींतून आम्ही त्या दानवाच्या कचाट्यातून सुटलो होतो, पण आता हे नवंच संकट समोर येऊन ठाकलं होतं.

''दिवसा आम्ही फळ खाऊन कशीबशी गुजराण केली. आमचे जीव वाचवण्यासाठी आम्ही सायंकाळपर्यंत एक वृक्ष शोधून ठेवला. रात्र होताच आम्ही त्यावर चढलो. मी तर वृक्षावर बऱ्याच उंचीपर्यंत चढून बसलो, पण माझा सोबती काही इतकं उंच चढू शकत नव्हता. त्या रात्री साप पुन्हा आला. झाडाच्या बुंध्यापाशी येऊन त्यानं आपलं शरीर उभं केलं आणि माझ्या सोबत्याला धरून खाऊन टाकलं. भीतीनं अर्धमेला होऊन मी रात्रभर जागा राहिलो. सूर्योदय झाल्यावर मात्र मी झाडावरून उतरलो आणि काही फळं वगैरे खाऊन पोट भरलं. तरी मला भीती वाटतच होती, की आज काही झालं तरी मी नक्कीच त्या सापाच्या तोंडी जाईन. बराच विचार करून मी एक युक्ती शोधली. त्या झाडाच्या सर्व बाजूंनी मी अनेक काटेरी झुडपं ठेवली. शिवाय वरही काट्यांचा असा आडोसा तयार केला, की मी कुणाच्या नजरेस पडणार नाही.

''नेहमीप्रमाणे रात्री साप आला. काटेरी झुडपांमुळे तो वृक्षाच्या बुंध्यापाशी तर पोचू शकला नाही, पण रात्रभर तिथंच ठिय्या देऊन बसला. शेवटी सकाळी तो निघून गेला. भीतीमुळे आणि सापाचे फूत्कार ऐकून मी इतका हतबल व निराश झालो, की

अशा जगण्यापेक्षा समुद्रात बुडून मेलेलं बरं, असं मला त्या क्षणी वाटू लागलं. त्याच उद्देशानं मी सागरकिनारी गेलो. सुदैवानं त्याच वेळी किनाऱ्यापासून थोड्या अंतरावर मला एक जहाज दिसलं. मी ओरडून हाक मारायला आणि पगडी हवेत हलवायला सुरुवात केली. तेवढ्यात जहाजातल्या लोकांनी मला पाहिलं आणि कप्तानानं एक नाव पाठवून मला जहाजावर घेतलं.

''माझी दयनीय अवस्था पाहून त्यांनी मला जेवण व कपडे दिले. मग मी माझ्यावर ओढवलेल्या संकटांचं आणि दानवाच्या व सापाच्या तावडीतून कसा वाचलो होतो याचं तपशीलवार वर्णन केलं. मग सगळ्यांनी माझ्या धाडसाचं कौतुक केलं.

''एके दिवशी जहाजानं व्यापाराच्या उद्देशानं एका बेटावर नांगर टाकला. कप्तान मला म्हणाला, 'तू बगदादचा रहिवासी आहेस. तिथल्या एका व्यापाऱ्याचा खूपसा माल कित्येक दिवसांपासून माझ्या जहाजावर पडून आहे. तू त्याची गाठोडी घेऊन जा आणि त्याच्या बायकामुलांना देऊन टाक.'

''मी विचारलं, 'व्यापाऱ्याचं नाव काय होतं?'

''कप्तान उत्तरला, 'दर्यावर्दी सिंदबाद.'

''मी आश्चर्यानं कप्तानाकडे पाहू लागलो. थोड्या वेळानं मी ओळखलं, की माझ्या दुसऱ्या सफरीत एका बेटावर मी झोपलेलो असताना माझे सोबती मला सोडून तेथून निघून गेले होते, त्याच जहाजाचा हा कप्तान आहे. या गोष्टीस जास्त काळ लोटलेला नसला, तरी सततच्या संकटांमुळे माझा चेहरा इतका बदलून गेला होता, की कप्तान मला ओळखूच शकला नाही.

''मी विचारलं, 'हे सामान खरोखरच दर्यावर्दी सिंदबादचं आहे का?'

''कप्तान म्हणाला, 'नक्की! हे सिंदबादचंच सामान आहे. तो बगदादचा रहिवासी होता आणि बसरा बंदरात आमच्या जहाजावर चढला होता. एके दिवशी पिण्याचं पाणी भरून घेण्यासाठी आम्ही एका बेटापाशी थांबलो होतो. तेव्हा अनेक व्यापारी भटकंती करायला उतरले. त्यांत सिंदबादही होता. काही वेळानं बाकी लोक तर जहाजावर परतले, पण सिंदबाद आलाच नाही. मी चार घटिका त्याची वाट पाहिली, मात्र वारं अनुकूल होताच मी जहाज पुढं काढलं.

''मी विचारलं, 'सिंदबाद मेलाय, याची खात्री आहे तुम्हाला?'

"कप्तान म्हणाला, 'त्यात काहीच शंका नाही.'

"मग मी रहस्यभेद करत म्हटलं, 'मला लक्षपूर्वक पाहा आणि ओळखा मी सिंदबाद आहे की नाही!'

"लक्षपूर्वक पाहिल्यावर कप्तानाला माझी ओळख पटली. त्यानं मला आलिंगन दिलं आणि मी जिवंत असल्याबद्दल ईश्वराचे आभार मानले.

"त्यानंतर आम्ही आणखीही अनेक बेटांचा प्रवास केला. मार्गावर अनेक चित्रविचित्र गोष्टी पाहत, व्यापारात खूप संपत्ती कमावून मी बगदादला परतलो. सुखरूप घरी परतल्यावर मी ईश्वराचे लक्ष-लक्ष आभार मानले. त्याच आनंदात मी भिकाऱ्यांना व निर्धनांना मदतीसाठी म्हणून खूप धन वाटून टाकलं.''

तिसऱ्या सागरी सफरीचं वर्णन केल्यानंतर दर्यावर्दी सिंदबादनं हिंदबादला चारशे दिनार देऊन निरोप दिला आणि दुसऱ्या दिवशी पुन्हा यायला सांगितलं. सिंदबादच्या धाडसाची प्रशंसा करत हिंदबाद घरी जायला निघाला.

प्रकरण २

तुमची तिसरी साहसयात्रा

पुलावरून झिगझॅग रस्ता

सिंदबादनं आपल्या तिसऱ्या सफरीत अव्यवस्थेपासून मुक्ती मिळवली. त्याचबरोबर तो 'वळणा'पासूनही मुक्त झाला. सत्-मार्गावर चालताना एकेका प्रवासात तो एक-एक हिरा सोबत घेत गेला. साहस या गुणामुळे त्याच्या अन्य गुणांची अभिव्यक्ती सोपी झाली. सिंदबादच्या सफरी तुमच्या आंतरिक प्रवासाचं रूपक आहे, हे तर तुम्ही जाणताच. त्यामुळे तुम्ही स्वतःला विचारा, 'माझ्या जीवनयात्रेत मी आतापर्यंत कोणकोणते गुण अंगीकारले आहेत? इथून पुढं कुठले गुण आत्मसात करायचे आहेत? **तुम्ही जेव्हा आंतरिक गुणांचा विकास करता, तेव्हा आपोआपच काही दोषांपासून मुक्त होऊ लागता.** प्रकाशाच्या उपस्थितीत अंधार अनायास दूर होतो, तद्वतच ज्ञानाच्या उपस्थितीत सगळी बंधनं गळून पडतात. म्हणून स्वतःविषयी ज्ञान मिळवा.

तिसऱ्या सफरीत सिंदबादनं एकाग्रतेच्या शक्तीवर कार्य करून लक्ष केंद्रित करण्याचा गुण विकसित केला. कसा? चला, हे जाणून घेऊया.

तिसऱ्या सागरी प्रवासात एकदा भयंकर वादळ झालं. सिंदबादनं घाबरून कप्तानाला विचारलं, 'आता परिस्थिती फारच बिकट आहे का?'

उत्तरादाखल कप्तान म्हणाला, 'वारं फार जोराचं आहे आणि आपलं दैव आपल्याला वानर पर्वताकडे घेऊन चाललंय. तेथून आजपर्यंत कुणीच जिवंत परतलेलं नाही. खुद्द आपला काळच आपल्यासमोर येऊन उभा ठाकलाय.'

कप्तानानं असं म्हणताच असंख्य वानर (बुटके) त्या जहाजाकडे येऊ लागले. त्यांची संख्या इतकी प्रचंड होती, की संपूर्ण जहाजास त्यांनी वेढून टाकलं. ते बुटके अत्यंत क्रूर होते आणि हजारोंच्या संख्येत उपस्थित होते. त्यांनी जहाजासह सगळं सामान उचललं आणि सर्वांना बेटाच्या किनाऱ्यावर सोडून ते निघून गेले.

या घटनेतून हे जाणून घ्या, की मनुष्य आपल्या केंद्रस्थानी राहून सहज भावानं कार्य करत असतो. पण अचानक असंख्य बुटक्यांच्या रूपानं क्रूर विचार येऊन त्याला घेरून टाकतात, त्रस्त करतात. ते त्याचं सारं सामान उचलून घेऊन जातात, म्हणजे त्याची शांत, स्थिरचित्त अवस्था हिरावून घेतात. शिवाय त्याला भय, शंका, अविश्वास यांच्या बेटावर एकाकी सोडून निघून जातात.

सिंदबादचं जहाज स्वतःहून वानर पर्वतावर गेलं नव्हतं, तर जोरदार वाऱ्यानं त्याच्या इच्छेविरुद्ध त्याला वानर पर्वताकडे वळवलं होतं. अगदी अशाच प्रकारे, **मनुष्य स्वतःहून आपलं संतुलन गमावत नाही, तर त्याची आसक्ती, त्याचे विचार आणि त्यांतून उद्भवलेल्या भावना, त्याच्या इच्छेविरुद्ध त्याला अहंकाराच्या पर्वताकडे खेचत घेऊन जातात.**

सिंदबाद आणि त्याचे सोबती सुखेनैव सागरी प्रवास करत होते. त्यांना जराही कल्पना नव्हती, की अचानक हवामान इतकं वाईट बनेल आणि त्यांचं जहाज आपोआप वानर पर्वताकडे जाऊ लागेल. मनुष्याच्या जीवनातही काहीसं असंच घडतं. सगळं काही व्यवस्थित चालू असताना मनुष्याला वाटतं, की तो एक उत्तम, शांत, संयत आणि संतुलित व्यक्ती आहे; त्याचं मन त्याच्या नियंत्रणात आहे. परंतु विपरीत परिस्थितीचं वादळ घोंघावू लागतं, तेव्हा त्याची खरी वृत्ती आणि संस्कार उजेडात येतात. आजारपण, मानहानी, अपमान, आर्थिक तंगी आली, की असंख्य क्रूर बुटके

त्याला घेरून टाकतात. अशावेळी त्याला हे अचानक कुठून आले, आणि आतापर्यंत कुठं होते? हेच कळत नाही. अशा घटनाच मनुष्याला स्वतःचं खरं दर्शन घडवतात आणि मग मनुष्य 'स्वयं'च्या शोधासाठी तयार होतो.

विशालकाय दानव जसा रोज सिंदबादच्या एका सोबत्यास खाऊन टाकत असे, तसा अहंकाररूपी दानवही आपल्यातील सद्गुण एक-एक करून खाऊन टाकतो. कधीकाळी परोपकार, नम्रता, करुणा, दया या सद्गुणांचा पुतळा असलेला मनुष्य अचानक विपरीत परिस्थितीत बदलून जातो. घटनांमुळे त्याचे निर्णय बदलतात. अशा प्रकारे त्याचे सद्गुण असे नाहीसे होतात, जणू ते कधी नव्हतेच.

गोष्टीमध्ये जंगली बुटके सहजगत्या जहाजावर चढले आणि नांगराचा दोर कापून त्यांनी जहाज किनाऱ्यावर ओढलं. सर्वांना जहाजावरून उतरायला भाग पाडून ते त्यांना फरफटत त्यांच्या बेटावर घेऊन गेले. म्हणजे, जेव्हा मनुष्यावर नकारात्मक विचारांचा हल्ला होतो, तेव्हा ते विचार मनुष्याच्या प्रेमाचा, आनंदाचा दोर कापून त्याला निराशेच्या गर्तेत खेचून घेतात. चारी बाजूंनी प्रहार करून ते त्याला शांततेच्या जहाजावरून उतरायला भाग पाडतात. मग ते त्याला भविष्याची अशी भयावह चित्रं दाखवतात, की मनुष्य ती पाहून निराशाग्रस्त होऊन भान हरवून बसतो, पण मध्ये कधीतरी जागरूकता आली, तर तो विचाररूपी दानवाची माया पाहून पुन्हा बेहोश होतो.

सिंदबाद व त्याच्या सोबत्यांपैकी केवळ सिंदबादनंच परिस्थितीचं मनन केलं. जोपर्यंत दानवाचा निकाल लावण्याचा मार्ग सापडत नाही, तोपर्यंत त्यानं आपलं जेवण कमी केलं. परिणामी, सिंदबाद बारीक दिसू लागला आणि कित्येक दिवस त्या दानवाची नजर त्याच्यावर पडली नाही. बारीक, अशक्त मनुष्य खाण्यात दानवाला जराही रुची नव्हती. **यालाच म्हणतात मनन करून मायेला हुलकावणी देणं; नव्या सवयींच्या साहाय्यानं सत्याला विजयी करणं.**

खाण्याचं प्रमाण कमी करणं सिंदबादसाठी खरंतर खूप अवघड होतं. ही नवी सवय अंगीकारणं म्हणजे त्याच्यासाठी एक आव्हानच होतं. तरी त्यानं संकल्पशक्ती व मननशक्ती वापरून ते साध्य केलं. इतर लोक मात्र त्यांच्या भुकेवर नियंत्रण ठेवू शकले नाहीत. आपल्या इंद्रियांना अनुशासित करू शकले नाहीत. म्हणून दानवावर मात करण्यात अपयशी ठरले.

जीवनाबाबतही असंच घडतं. **जेव्हा मनुष्य आपल्या इंद्रियांना शिस्त लावू शकत नाही, नव्या सवयी अंगीकारण्यास तो असमर्थ ठरतो, तेव्हाच माया**

त्याच्यावर प्रहार करते. कुणी वासनांध होऊन जगतो, तर कुणी पैशामागं धावत राहतो; कुणी पद-प्रतिष्ठेची कामना धरतो, तर कुणी शारीरिक आसक्तीत इतका गुंतून जातो, की आपलं शरीर सजवण्यातच बहुमोल काळ व्यर्थ घालवतो. अशा लोकांवर मायेचा प्रभाव सहजपणे पडतो. परिणामी मनुष्य पृथ्वीवर येण्याचा मूळ उद्देशच विसरून जातो. गोष्टीमध्ये फक्त सिंदबादच स्वतःला मायेच्या प्रभावापासून वाचवून आपलं जीवन सार्थक करू शकला.

आपणही मायेच्या दानवापासून वाचण्यासाठी नकारात्मक विचारांचा आहार कमी करायला हवा. त्यासाठी आपलं मन सात्त्विक विचारांवर एकाग्र करायला हवं, नामाच्या महिम्याचा आधार घ्यायला हवा किंवा मायेच्या जाळ्यात न अडकण्यासाठी मनाला एखादं दमदार लक्ष्यही देऊ शकता.

गोष्टीमध्ये पुढे, दानव घराबाहेर गेल्यानंतर सगळे जण कैदेत पडले म्हणून रडू लागले. घरात राहिलं, तर दानवापासून धोका; बाहेर पडलं, तर वन्यजीव आणि विषारी सर्पांपासून धोका. शेवटी सिंदबादनं स्वतःला ईश्वराच्या हाती सोपवलं आणि अन्नाच्या शोधात सगळे लोक बाहेर पडले. म्हणजेच, काही काळानंतर मनुष्याला उमजतं, की तो आपल्या वृत्तींच्या कैदेत अडकलेला आहे आणि प्रयत्न करूनही त्यातून बाहेर पडू शकत नाहीये. तेव्हा अखेर तो संपूर्ण समर्पण करतो आणि त्यानंतरच त्याला सत्-मार्ग मिळतो.

समर्पणानंतर सिंदबादला नवा मार्ग गवसला. समुद्रकिनारी पडलेल्या लाकडांनी व दोरखंडांनी सोबत्यांसमवेत त्यानं नौका बनवल्या आणि दानवाला अंध बनवून स्वतः नावेत स्वार होऊन दानवाच्या कैदेतून निसटला. अशा प्रकारे आपल्या गुरूंना किंवा श्रद्धास्थानाला समर्पित होण्यानं कृपेचा वर्षाव होऊ लागतो, सत्-मार्ग दिसू लागतो. मग मनुष्य सत्यावी विचारांची नौका बनवून मायेचा भवसागर सहजतया तरून जातो. मायेनं मायेवर मात करणं म्हणजे हेच!

मात्र तुमच्या आत दडलेला मायेचा दानव तुम्हाला भ्रमित करतो. तुमच्या आहारात तुम्ही कुठल्या विषारी विचारांचं सेवन करता, हे त्याला ठाऊक असतं. त्या विचारांच्या साहाय्यानेच तो तुमची शिकार करतो. तुम्ही त्या विचारांचं अवलोकन करून त्यांची पडताळणी करायला हवी. त्यानंतर सिंदबाद व त्याच्या सोबत्यांनी दानवाच्या डोळ्यांत लोखंडी सळ्या खुपसून त्याला मारण्याची योजना आखली. म्हणजेच, आत्मशोध करून त्यांनी मायारूपी दानवापासून मुक्त असलेला 'खरा मी' शोधून काढला. **मनुष्य**

जोवर स्वतःला शरीर, मन आणि बुद्धी यांना जोडून ठेवतो, त्यांच्याशी संलग्न राहतो, तोवर दानव बलशाली असतो. पण शरीर, मन, बुद्धीपासून त्यांना विलग करताच तो स्वतःचं खरं स्वरूप ओळखू शकतो आणि मगच त्या दानवाचा अंत होतो.

याचप्रकारे सापाने गिळंकृत करण्याची घटना आपण समजून घेऊ शकतो - सिंदबाद व त्याचे सोबती एका संकटातून सुटून दुसऱ्या संकटात जाऊन पडले. दानवापासून वाचले, तर सर्पाच्या तावडीत सापडले. अशा प्रकारे मनुष्यालादेखील दररोज नवनव्या समस्या त्रस्त करत राहतात. चेतनेच्या ज्या स्तरावर समस्या आलेली असते, त्यापेक्षा उंचावरील स्तरावर जाऊनच ती समस्या सोडवता येते. **तुमच्या चेतनेचा स्तर असा हवा, की समस्येनं तुम्हाला नव्हे, तर समस्येला तुम्ही हादरवून टाकायला हवं.**

सापापासून वाचण्यासाठी सिंदबाद व त्याचा वाचलेला सोबती पुन्हा रात्री झाडावर चढले. सिंदबाद बराच उंचीवर पोहोचला, परंतु त्याचा सोबती मात्र फारसा उंचीवर पोहोचू शकला नाही. रात्री साप आला आणि झाडाच्या बुंध्याशी पोचून त्यानं शरीर उंचावून सिंदबादच्या सोबत्यास खाऊन टाकलं. इथं वृक्षावर उंच चढणं म्हणजे चेतनेच्या वरच्या स्तराचं प्रतीक आहे. **चेतनेचा स्तर जितका खाली असेल, तितक्या सहजगत्या माया तुमच्यावर झडप घालते. ज्याचा चेतनेचा स्तर उंच असतो, तो कुठला न कुठला नवा मार्ग शोधून काढतोच.**

दुसऱ्या दिवशी सिंदबादने जेव्हा झाडाच्या बुंध्याशी काटेरी झुडपांचं जाळं पसरलं, तेव्हा साप वृक्षाच्या बुंध्यालगत पोहोचू शकला नाही, परंतु संपूर्ण रात्र तो तिथंच दबा धरून बसला. शेवटी कंटाळून सकाळी तो निघून गेला.

मायेच्या सर्पाची अवस्थादेखील काहीशी अशीच बनते, जेव्हा सत्याचा शोधक आपल्या अवतीभवती साधनेची काटेरी झुडपं पसरवतो; स्वतःच्या मूळ (core) विचारांवर काम करतो; आणि त्यांना ओळखून विसर्जित करतो! तेव्हा मायेचा सर्प कितीही काळ दबा धरून बसलेला असो, संकल्प व एकाग्रता यांच्यापुढे त्याचा निभाव लागत नाही. अखेर त्याला परतावंच लागतं. मग 'ईश्वराचं' जहाज येतं आणि आपल्या सोबत शोधकाला घेऊन जातं, ते थेट क्षितिजाकडे!

सिंदबादच्या या प्रवासातून स्पष्ट होतं, की त्याने त्याच्या ऊर्जेला कसंबसं एकत्र करून अंतःकरण हेलावून टाकणाऱ्या परिस्थितीतूनही मार्ग काढला. भयंकर, विशालकाय दानवाच्या सावटाखाली असूनही सिंदबादनं त्याच्यापासून वाचण्याच्या

योजनेवर योग्य रीतीने लक्ष केंद्रित केलं - तो जराही घाबरला नाही आणि आपल्या योजनेत शंकाकुशंकाही काढत बसला नाही.

या तिसऱ्या सफरीत सिंदबादनं आणखी एक मुक्ती मिळवली. ती म्हणजे- वळणापासून मुक्ती. म्हणजेच, तो नेहमी योग्य जागी जागृत झाला. चूक होत असतानाच त्याने स्वतःला सावरलं.

सिंदबाद व त्याच्या सोबत्यांनी दानवापासून वाचण्यासाठी पळून जाण्याची योजना आखली. पण त्यांच्या लक्षात आलं, की पळून जाणं हा काही कायमस्वरूपी इलाज असू शकत नाही. दानव पुन्हा येऊन त्यांना पकडू शकतो. त्याऐवजी, त्या राक्षसाला सामोरं जाऊन, धाडसानं त्याच्यावर मात करायला हवी. अगदी अशाच प्रकारे आपण आपली अस्वस्थता, मनाची चंचलता यांपासून वाचण्यासाठी कधी संगीत, कधी टीव्ही, तर कधी चित्रपटांचा आसरा घेतो, पण तो आसरा संपुष्टात येताच जरा वेळानं पुन्हा ही अस्वस्थता मनुष्याला त्रस्त करू लागते. वास्तविक, आपल्या वृत्तींना सामोरं जाऊनच त्यांच्यावर मात करता येऊ शकते.

विशालकाय दानवाच्या तावडीतून वाचण्यासाठी अगोदर सिंदबाद व त्याचे सोबती पळून जाऊ इच्छित होते, पण त्यांनी वळण (होणारी चूक) ओळखलं आणि ते दानवाला सामोरे गेले. याच प्रकारे, सगळ्या सोबत्यांच्या मनात अनेकदा आत्महत्येचे विचार आले, पण तिथंही ते सावरले - हा योग्य मार्ग नाही, हे त्यांना उमजलं.

तुम्हीही सिंदबादप्रमाणे तुम्हाला मिळालेला मानव जन्म सार्थक करू इच्छिता का? जर याचं उत्तर 'होय' असेल, तर तुम्हालाही सिंदबादप्रमाणे निडर होऊन नव्या सवयी अंगीकाराव्या लागतील. कारण चांगल्या सवयी जीवन घडवतात, तर वाईट सवयी जीवन बिघडवतात. आध्यात्मिक उन्नतीसाठी विकसित केलेल्या सवयी तुम्हाला मोक्षाप्रत नेऊ शकतात. त्याचबरोबर तुम्हाला स्वास्थ्य, समृद्धी, मनःशांती आणि खऱ्या अस्तित्वाची जाणीवही करून देतात.

प्रकरण ३

फैलाव व वळण यांच्यापासून मुक्ती

एकाग्रताचे मार्ग

सत्-मार्गावर चालत असताना तिसऱ्या आंतरिक साहसयात्रेत दोन प्रकारच्या मुक्ती तुमची वाट पाहत असतात. **पहिली आहे- अस्ताव्यस्तपणातून मुक्ती. लक्ष एकाग्र करण्याची क्षमता असणारा पृथ्वीवरील एकमेव सजीव म्हणजे मनुष्य! याच्यात क्षमता किंवा ऊर्जा सुप्त असते. तिचं हळूहळू पोषण करून तिला विकसित करता येतं.** अन्यथा ही ऊर्जा लौकिक गोष्टींच्या आकर्षणामुळे अनेक दिशांमध्ये विखुरली जाते. चंचल मनाच्या धावपळीमुळे ही ऊर्जा विकेंद्रित होते, पसरली जाते. सिंदबादप्रमाणे जो मनुष्य या चंचल मनावर अंकुश ठेवू शकेल, त्याची ऊर्जा संग्रहित राहील. म्हणून हे चंचल मन एकाग्र करून ऊर्जा फैलावण्यापासून वाचवता येऊ शकेल.

हा एकाग्रतेचा मार्ग आहे. तुमच्या जीवनात

जे विखरून गेलंय, ते सर्व या मार्गात एकत्र करायचं आहे. त्याचं चिन्ह आहे – बृहद्दर्शक भिंग. जसं बृहद्दर्शक भिंग वापरून एका कागदावर सूर्यकिरणांना एकवटलं, तर त्या किरणांची एकत्रित ऊर्जा त्या कागदाला जाळून टाकू शकते. शिवाय ही किरणं तर दिवसभर आपल्या सभोवती असतात, पण त्यांना एकवटलं, तर आग लावण्याची क्षमता यांच्यात निर्माण होते. अशाच प्रकारे, **ऊर्जा जेव्हा केंद्रित होते, तेव्हा ती महाशक्ती बनते. त्यासाठी फार काही करावं लागत नाही – केवळ ऊर्जेला एका बिंदूवर एकवटावं लागतं इतकंच!** तुमची ऊर्जादेखील विखुरलेली आहे. ती एका स्थानी केंद्रित करून विखरू द्यायची नाही.

मनुष्याच्या जीवनातील वीस वर्षं हे जाणून घ्यायला पुरेशी आहेत, की उरलेली ऐंशी वर्षं त्याला कुठल्या मार्गावर चालायचं आहे. सजगता असेल, तर वीस वर्षं वयापर्यंत मनुष्याला इतकी जाण येते, की पुढे, भविष्यात त्याने कुठला मार्ग निवडायला हवा. हे त्याला नक्कीच ठरवता येतं. म्हणून स्वतःला विचारा, 'माझ्या सार्थक शिकवणी काय आहेत, त्याचं ज्ञान मला प्राप्त झालंय का? माझ्या जीवनाचा अर्थ मला समजलाय का? याचं उत्तर मिळाल्यावर त्या अर्थाच्या आजूबाजूच्या गोष्टी एकत्रित करायला सुरुवात करा.

सिंदबादच्या लक्षात आलेलं होतं, की जर तो स्वतःचं शरीर दानवाच्या तावडीतून वाचवू शकला, तरच पुढील सफरींचा अनुभव घेऊ शकेल, म्हणून त्यानुसार कर्म करून त्यानं स्वतःला दानवापासून सुरक्षित ठेवलं. त्यानं दानवाला मारण्याची योजना तर बनवलीच, शिवाय त्या योजनेवर अंमल होईपर्यंत त्यानं स्वतःचं जेवण कमी केलं. जेणेकरून तो दानवाच्या नजरेत येणार नाही. अशाच प्रकारे, स्वतःच्या खऱ्या अस्तित्वास ओळखण्याचं उद्दिष्ट पूर्ण होण्याअगोदर, तुम्हाला तुमच्या मनाची शुद्धता टिकवून ठेवण्यासाठी साधनेचा मार्ग अवलंबावा लागेल. अन्यथा तुमची ऊर्जा अनावश्यक कार्यांत वाया जाईल.

मनुष्य आपल्या जीवनकाळात असंख्य कामं करत असतो. आपली कामं त्यानं फार पसरवून ठेवलेली असतात. आपल्या उद्दिष्टापासून दूर घेऊन जाणारे असंख्य मित्र त्याने बनवलेले असतात. आपल्या उद्देशांशी काहीही संबंध नसलेली निरर्थक कामं तो करत राहतो. आयुष्यात कधीही उपयोगात न येणाऱ्या वस्तू गोळा करत राहतो. या

दृष्टीनं पाहिलं, तर तुमचं जीवन किती विखुरलेलं आहे, हे तुम्हाला दिसेल. मात्र आता तुम्हाला निवड करणं शिकायचं आहे म्हणजे **तुमच्या उद्दिष्टांच्या पूर्तीस साहाय्यकारी ठरतील, अशी कामं, मित्रमंडळी आणि वस्तू निवडायच्या आहेत.** समजा तुम्हाला गायक बनायचं असेल, तर तुमची संपूर्ण ऊर्जा तुम्हाला संगीत व तत्संबंधित क्षेत्रांत लावावी लागेल. तुम्हाला उत्तमोत्तम गायकांचे कार्यक्रम प्रत्यक्ष ऐकायला हवेत. संगीतात रुची असलेले मित्र जोडायला हवेत. शिवाय नवीन, आधुनिक गॅजेट्सचा उपयोगही तुम्ही तुमची गायन प्रतिभा खुलवण्यासाठी करायला हवा.

अस्ताव्यस्तपणातून मुक्ती मिळवण्याचा मार्ग– पूल मार्ग. पूल, ओवरब्रीज, फ्लायओवर्स – जे तुम्हाला एकीकडून दुसरीकडे जाण्यासाठी मदत करतात. या रस्त्याचा उपयोग आपल्याला करून घ्यायचा आहे. तुमचे मित्र, तुमच्या आवडीनिवडी, तुमची कामं हेच तुमचे पूल बनावेत आणि तुम्हाला तुमच्या उद्दिष्टांकडे घेऊन जावेत.

एकाग्रतेची युक्ती वापरून तुम्हाला यावर लक्ष केंद्रित करायचं आहे, की ज्या गोष्टी डाव्या बाजूला ('लेफ्ट'ला) गेल्यात, म्हणून मागं सुटल्यात, किंवा ज्या गोष्टी अयोग्य दिशेने ('रॉंग साइड'ला) गेल्यात, त्यांना मध्यावर आणायचं आहे, सेंटरला आणायचं आहे. त्यासाठी प्रथम योग्य, राईट सेंटर शोधा आणि मग त्या दिशेनुसार आपली कर्मं करा. तुमच्या वाया जाणाऱ्या ऊर्जेला केंद्रित करा. त्यासाठी प्रथम तुम्हाला एकाग्रतेचा मार्ग निवडावा लागेल, स्वतःला एकाग्रतेचं प्रशिक्षण द्यावं लागेल.

संलग्नता आणि विलगता यांची योग्यता

एकाग्रतेच्या प्रशिक्षणासाठी चला, त्राटक ध्यान शिकूया.

काळासोबत मनुष्याचा मेंदू ताठर, रिजिड होत जातो. अनेक विषयांमागे धावल्यानं तो कुठल्याही गोष्टीशी संलग्नता आणि विलगता करण्याची क्षमता गमावून बसतो. म्हणजे एखाद्या गोष्टीशी संलग्न झाला, तर विलग होऊ शकत नाही आणि एकदा विलग झाला, की संलग्न होऊ शकत नाही. ही क्षमता स्वतःमध्ये येण्यासाठी तुम्हाला त्राटक ध्यानाचा सराव करावा लागेल.

त्राटक ध्यान

१. एका हातापेक्षा थोड्या अधिक अंतरावर एक मेणबत्ती पेटवून असं बसा, की मेणबत्तीची ज्योत तुमच्या नजरेच्या पातळीत, सरळ रेषेत असेल– जास्त वर नाही आणि जास्त खालीही नाही.

२. आता डोळ्यांच्या बाहुल्या प्रथम उजव्या, मग डाव्या दिशेला फिरवा. काही क्षण त्यांना वर-खाली फिरवा. मग थोडा वेळ त्यांना गोलाकार दिशेत, क्लॉकवाइज व अँन्टिक्लॉकवाइज फिरवा. अशा प्रकारे डोळ्यांना पूर्णपणे तणावरहित करा. मग समोरील मेणबत्तीच्या ज्योतीकडे एकटक पाहत राहा – एक मिनिट... दीड मिनिट... दोन मिनिटं!

३. पापण्या न लवता नजर एकटक ठेवण्याचा प्रयत्न करा.

४. पापण्या लवल्याच, तर त्याला अपयश समजू नका. स्वतःशी तुलना करा. म्हणा, 'मी आज काही वेळासाठी हे करू शकतोय; उद्या हा काळ वाढवेन.'

५. चष्मा वापरणाऱ्या लोकांना हा सराव चष्म्याविना करायचा आहे. चष्मा काढून मेणबत्ती अशा ठिकाणी ठेवा, जेथून तुम्हाला ज्योत सुस्पष्ट दिसेल. एकदा ते अंतर मोजून घ्या आणि मग नेहमी मेणबत्ती तेवढ्याच अंतरावर ठेवत चला.

६. हळूहळू याचा कालावधी वाढवत न्या. सतरा सेकंदांपासून याची सुरुवात करू शकता. कसलीही घाई न करता डोळ्यांची काळजी घ्यायला हवी. हळूहळू कालावधी वाढवत नेणं डोळ्यांसाठी, एकाग्रतेसाठी आणि अस्ताव्यस्ततेतून मुक्तीसाठीही उत्तम आहे.

७. काही काळ सतत त्राटक ध्यान केल्यानंतर सावकाश डोळे बंद करा. मग तुम्हाला जाणवेल, की डोळे बंद केल्यानंतरही तुम्हाला तुमच्या आत ज्योतीची प्रतिमा दिसतेय – तिच्याकडे पाहत राहा.

८. हळूहळू ही मनःप्रतिमा धूसर होत जाईल. मग डोळे उघडून पुन्हा मेणबत्तीकडे अनिमिषपणे, पापण्या न लवता पाहत राहा. पुन्हा डोळे बंद करून मनामध्ये ज्योतीची प्रतिमा पाहा. या प्रतिमेचं ध्यान करा. मनःप्रतिमा बघण्याचा कालावधी हळूहळू वाढवत न्यायचा आहे. तुम्हाला स्वतःलाच अंदाज येऊ लागेल, की किती वेळ त्राटक केल्यानंतर मनात प्रतिमा तयार होते. याची पुनरावृत्ती करत राहा.

९. हळूहळू कालावधी वाढवत न्या. काही सेकंदांपासून सुरू करून हा काळ काही

मिनिटांपर्यंत वाढवायचा आहे. त्यामुळे एकाग्रताही वाढेल. विद्यार्थ्यांसाठी तर हे खूपच उपयुक्त आहे, मात्र अस्ताव्यस्तपणातून मुक्ती हे तुमचं उद्दिष्ट आहे.

वळणापासून मुक्ती

तिसऱ्या सफरीत सिंदबादला आणखी एक मुक्ती मिळाली- वळणापासून मुक्ती! हा सजगतेचा मार्ग आहे. तुमचा संपूर्ण भार सजगतेवर सोपवायचा आहे. कारण या मुक्तीचा मार्ग वेडावाकडा आहे. या रस्त्यावरून चालत तुम्हाला शेवटी क्षितिजावर पोचायचं आहे. ज्याचं प्रतीक आहे- क्षितिज! जिथं पृथ्वी व आकाश एक झाल्यासारखे भासतात.

वळणाचा अर्थ असा आहे- आपल्या हातून चूक होण्याअगोदर आपली अवस्था चुकीच्या दिशेनं वळते. म्हणजे अजून चूक झालेली नाही; मात्र कोणत्याही क्षणी तुम्ही त्या दिशेनं वळणार आहात. हाच सजगतेचा क्षण आहे, हीच मुक्तावस्था आहे. इथं जागृत झालात, तर सुटका मिळवणं फार सोपं आहे. या बिंदूवर सजगता नसेल, तर चूक घडते आणि मग ती निस्तरण्यासाठी तिच्यावर अधिक परिश्रम घ्यावे लागतात.

जागृती व वळणाचं महत्त्व

सजगतेची युक्ती वापरण्याचं आपलं उद्दिष्ट असायला हवं. म्हणून वळण घेत असतानाच सजग व्हा. त्याच वेळी चुटकी वाजवा. अजून चूक झालेली नसल्याची आठवण स्वतःला करून द्या. इथून माघारी फिरता येतं. 'तुमच्याकडून ही चूक झाली, ती चूक झाली...' असं तुम्ही लोकांना म्हणता, त्यावेळी 'चूक' हा शब्द वापरण्याऐवजी 'मी वळण घेतलंय, मात्र अजून चूक झालेली नाही.' असं म्हणा. हा शब्द तुम्हाला साहाय्यकारी ठरेल. जर तुम्ही समोरच्या व्यक्तीला म्हटलं, 'तू चूक करतोयस,' तर तो लगेच स्वतःचा बचाव करू पाहील, की 'मी चूक नाही, त्यानंच असं केलं... त्यानंच तसं केलं...' म्हणून अगोदर आपणच आपली भाषा बदला, म्हणजे चूक होऊ शकणार नाही. वळणामध्ये स्वतःसाठी व इतरांसाठीही सजगता ठेवायची आहे. पण याचा मार्ग 'झिगझॅग' आहे.

वळणापासून सुटकेसाठी तुम्हाला दिलेलं प्रतीक चिन्ह तुम्ही तुमच्या मोबाइल फोनच्या लॉक स्क्रीनवर ठेवू शकता. म्हणजे तुम्ही मोबाईल फोन ऑन करताच तुम्हाला स्मरण होईल. त्यामुळे तुम्हाला त्राटक ध्यानाचीही आठवण येईल आणि क्षितिजाचीही. याच प्रकारे, तुमचा लॅपटॉप व अन्य गॅजेट्समध्ये स्क्रीनसेव्हर म्हणून हे चित्र अपलोड करता येईल.

वळणापासून सुटकेसाठी सजगतेची युक्ती वापरायची आहे, सजगतेवर भार सोपवायचा आहे. ज्या सजगतेमध्ये घटना घडतात, त्या सजगतेविषयी सजग होणं, म्हणजेच मुक्ती. इथं ग्लास आहे, तिथं टेबल आहे, याबद्दल तर आपण सजग असतो, परंतु ज्या प्रकाशात आपल्याला हे दिसतं, ज्या सजगतेत हे दिसतं, त्यांच्याविषयी मात्र आपण सजग नसतो. जीवनात घडणाऱ्या बऱ्यावाईट घटना आपल्याला चांगल्या दिसतात, तथापि त्या कुणाच्या उपस्थितीत घडत आहेत, याविषयी आपण सजग नसतो. वळणापासून सुटका मिळवण्यासाठी सजगतेविषयी सजग व्हा. झिगझॅग रस्ता तुम्हाला योग्य वळणाचं स्मरण करून देईल. मग त्याच रस्त्यावर तुम्हाला चालायचं आहे.

त्यासाठी तुम्हाला साक्षी ध्यान मार्ग अवलंबायचा आहे. चला, हे ध्यान काय आहे आणि कसं केलं जातं, ते आता जाणून घेऊया.

साक्षी ध्यान

१. हे ध्यान सजगता वाढवण्यात फार मदत करतं.

२. यामध्ये तुम्ही स्वतःसोबत घडणारी प्रत्येक घटना पाहण्याचा निर्णय घेता.

३. यात तुम्हाला प्रत्येक क्षणी सजग राहून आत्मपरीक्षण करायचं आहे.

४. आत्मपरीक्षण म्हणजे प्रत्येक घटनेत, परिस्थितीत अथवा लोकांसमक्ष स्वतःला पाहणं होय.

५. दैनंदिन कामं करत असतानाही हे ध्यान करता येऊ शकतं. ज्यात प्रमुख गोष्ट ही, की हे ध्यान करताना तुम्हाला केवळ तुमच्या आजूबाजूला घडणाऱ्या आणि शरीरात घडणाऱ्या घटना साक्षीरूपात पाहायच्या आहेत.

६. या ध्यानाच्या दरम्यान तुम्हाला समजेल, की कधी तुमचं मन व्याकूळ असतं, तर कधी प्रसन्न असतं. कधी रागावलेलं असतं, तर कधी मोहात पडतं. कधी घाबरलेलं असतं, तरी कधी चिंतित असतं. कधी निराश असतं, तर कधी अपराध- भावनेनं ग्रस्त असतं. कधी कल्पनेत हरवून गेलेलं असतं, तर कधी तुलना करत असतं. कधी अबोध असतं, तर कधी स्वतःला सर्वज्ञ समजत असतं.

७. तुम्ही जर प्रत्येक क्षणी स्वतःचं निरीक्षण केलं, तर तुम्हाला अनुभवातून दिसून येईल, की मन तर प्रत्येक क्षणी बदलत असतं. अशा सतत बदलणाऱ्या मनाने घेतलेले निर्णय योग्य कसे असतील?

८. अशा वेळी आज घेतलेला निर्णय, उद्या तुम्हाला चुकीचा वाटू शकतो. मनाचं बदलतं रूप जाणल्यानंतरच तुम्हाला ते स्थिर करावंसं वाटेल.

९. हे ध्यान तुम्हाला सहजगत्या अयोग्य वळणापासून मुक्ती देऊ शकतं. तुम्ही जेव्हा सदैव जागृत असता, तेव्हा चूक होण्यापूर्वीच्या क्षणी जागृत होण्याची शक्यता बरीच वाढते. त्याच ठिकाणी तुम्ही स्वतःला सावरू शकता.

१०. तुम्ही एखादं रंजक पुस्तक वाचत असताना अचानक वीज गेली, तर चटकन चुटकी वाजवा- स्वतःला आठवण करून द्या, की हे वळणाचं स्थान आहे, इथं सजगता कमी होऊन चूकही होऊ शकते. म्हणून मला सजग व्हायचं आहे.

११. ऑफिसला जाताना मध्येच गाडीतलं पेट्रोल संपलं, तर लगेच चुटकी वाजवा- हे वळण असल्याचं स्मरण स्वतःला करून द्या.

१२. मैत्रिणींसोबत फिरायला जायचा कार्यक्रम ठरलेला असताना अचानक घरी पाहुणे आले, तर त्वरित चुटकी वाजवा- हे वळण असल्याची आठवण स्वतःला करून द्या.

१३. मित्राच्या लग्नात खूप धमाल करायची असं जर तुम्ही ठरवलं असेल आणि अचानक तुमची तब्येत बिघडली, तर लगेच चुटकी वाजवून स्वतःला आठवण करून द्या, की हे वळण आहे.

१४. अशा प्रकारे, दिवसभरातील सगळ्या घटना तर तुम्हाला पाहायच्या आहेतच. शिवाय या घटना कोणत्या पृष्ठभूमीवर घडत आहेत, कुणाच्या उपस्थितीत घडत आहेत, त्याविषयी जागृतदेखील राहायचं आहे. हळूहळू तुम्हाला उमजू लागेल, 'मी आहे', म्हणूनच जीवनात या सर्व घटना घडत आहेत.

अशा प्रकारे दैनंदिन जीवन जगत असताना, चूक करण्यापूर्वीच तुम्ही सजग होऊ शकता.

खंड - ४

'जास्त-कमी'चे भ्रम आणि व्याकुळतेतून मुक्ती
ज्ञानाची युक्ती

प्रकरण १

दर्यावर्दी सिंदबादची चौथी सफर

सिंदबादच्या चौथ्या धाडसी सफरीचा वृत्तांत ऐकायला हिंदबाद त्याच्या बंगल्यावर जाऊन पोहोचला. सिंदबादनं त्याला आणि अन्य मित्रांना आदरपूर्वक बसवलं आणि चौथ्या सफरीची गोष्ट सांगायला सुरुवात केली.

"नेहमीप्रमाणे काही दिवस आरामात राहिल्यानंतर मी पूर्वीचे सर्व त्रास आणि दुःखं पार विसरून गेलो. आता भय माझ्यापासून कित्येक योजनं दूर गेलेलं होतं. त्यामुळे पुन्हा धन कमावण्याची आणि जगातील चित्रविचित्र गोष्टी अनुभवण्याची इच्छा माझ्या मनात जागृत झाली.

"मी माझ्या चौथ्या सफरीची तयारी जोमाने सुरू केली. माझ्या देशातील ज्या वस्तूंना परदेशात खूप मागणी होती, अशा भरमसाट वस्तू मी विकत घेतल्या. मग तो माल घेऊन मी पर्शियाच्या दिशेनं निघालो.

नेहमीप्रमाणेच, अहोरात्र प्रवास करत व्यापारात जम बसवला.

"प्रवास करत असताना एके दिवशी आमचं जहाज पुन्हा वादळात सापडलं. कप्तानानं जहाज वाचवण्याची शर्थ केली, परंतु त्याला यश मिळालं नाही. आमचं जहाज समुद्राच्या पातळीपासून वर आलेल्या एका शिलाखंडाला आपटून फुटलं. कित्येक लोक तिथंच बुडाले, पण मी व अन्य काही व्यापारी तुटलेल्या लाकडी फळ्यांच्या आधारानं कसंबसं किनाऱ्याला लागलो. ते एक अपरिचित असं बेट होतं. बेटावर इकडंतिकडं भटकून आम्ही वृक्षांवरून फळं गोळा केली आणि ती खाऊन भूक शमवली.

"मग आम्ही समुद्रकिनारी येऊन पहुडलो आणि आमच्या दुर्भाग्यास दूषणं देऊ लागलो. पण त्यानं काय होणार होतं? शेवटी आम्हाला झोप आली आणि आम्ही रात्रभर गाढ झोपेत राहिलो. सकाळी उठून आम्ही पुन्हा बेटावर फिरायला गेलो आणि फळं वगैरे गोळा करू लागलो. जंगलाच्या मध्यावर पोचल्यावर अचानक काही काळ्या आदिवासींच्या एका मोठ्या समूहानं आम्हाला घेरलं. त्यांनी आमच्या गळ्यात दोऱ्या बांधल्या आणि शेळ्या-मेंढ्यांप्रमाणे हाकत आम्हाला अति दूरवर वसलेल्या त्यांच्या गावात नेलं.

"गावात गेल्यानंतर त्यांनी आमच्यासमोर काही खाद्यपदार्थ ठेवून ते खाण्यासाठी खुणांनी सांगितलं. माझे सोबती फार भुकेलेले होते, म्हणून ते त्वरित अन्नावर तुटून पडले. मात्र मला अनेकदा अशा स्थितीचा अनुभव असल्यानं मी त्यावेळी जेवण केलं नाही. जेवण करताच माझ्या सोबत्यांना चक्कर येऊ लागली आणि ते वेड्यासारखे वागू लागले. या आदिवासी लोकांचा हेतू चांगला नसल्याचं मला समजलं. मग त्यांनी खाण्यासाठी आम्हाला खोबरेल तेलात शिजवलेला भात दिला. हे खाऊन मनुष्य लठ्ठ होतो. मी काळ्या आदिवासींचा हेतू ओळखला. ते आम्हाला गलेलठ्ठ बनवून मग आमचं मांस शिजवून त्यांच्या टोळक्यास मेजवानी देणार होते. माझे सोबती तर नशेमध्ये चांगलं पोटभर खात, परंतु मी अगदी थोडंसंच खात असे. जेणेकरून मी लठ्ठ बनणार नाही आणि या नरभक्षकांचं खाद्य बनणार नाही. कमी खाऊन आणि जीवाची काळजी करून मी इतका दुर्बल झालो, की माझ्या शरीरात हाडं आणि चामडीशिवाय काहीच शिल्लक राहिलं नाही.

"दिवसा मी त्या बेटावरच हिंडत-फिरत असे. पण एके दिवशी मला दिसलं, की सगळे गावकरी कामावर निघून गेले होते. फक्त एक वृद्ध माणूस बाहेर बसलेला होता. मी ती संधी साधून पळून गेलो. म्हाताऱ्यानं ओरडून-ओरडून मला परत बोलावलं,

पण मी थांबलो नाही. सायंकाळी मी गावात नाही हे पाहून आदिवासी माझ्या शोधार्थ निघाले, पण तोपर्यंत मी फार दूरवर निघून गेलो होतो. मी दिवसभर पळत असे आणि रात्री कुठंतरी लपून झोपत असे. रस्त्यात फळं वगैरे खाऊन भूक शमवत असे किंवा एखादा नारळ फोडून त्यातलं पाणी पीत असे, म्हणजे भूक व तहान दोन्ही मिटत असत.

"आठव्या दिवशी मी समुद्रकिनारी पोहोचलो. तेव्हा तिथं दिसलं, की माझ्यासारखे अनेक गोरे लोक काळी मिरी गोळा करत होते. तिथं काळी मिरी भरपूर प्रमाणात उगवत असे. त्यांना पाहून मला फार आनंद झाला आणि मी त्यांच्याजवळ गेलो. तेही माझ्याभोवती गोळा झाले आणि अरबी भाषेत मला विचारू लागले, 'तू कोठून आला आहेस?' अरबी भाषा ऐकून मला अधिकच आनंद झाला आणि मी माझी सर्व हकिकत त्यांना सविस्तर सांगितली.

"त्यांना माझी गोष्ट ऐकून फार आश्चर्य वाटलं. ते म्हणाले, 'अरे, ते आदिवासी तर नरभक्षक आहेत. त्यांनी तुला कसं सोडलं?' मग मी त्यांना पुढची कथा सांगितली, की मी कसं कमी खाल्लं. शिवाय संधी मिळताच कसा पळून आलो आणि माझा जीव वाचवला.

"मी सहीसलामत बचावल्यानं त्या गोऱ्या लोकांना आश्चर्यही वाटलं आणि आनंदही झाला. त्यांचं काम संपेपर्यंत मी त्यांच्यासोबतच काम करत राहिलो. मग ते लोक मला त्यांच्यासोबत त्यांच्या देशात घेऊन गेले आणि त्यांच्या राजाच्या समोर मला हजर केलं. हा मनुष्य नरभक्षकांच्या तावडीतून सुखरूप निसटला आहे असंही राजाला सांगितलं. राजाला जेव्हा मी सगळी कहाणी ऐकवली, तेव्हा त्यालाही फार आश्चर्य आणि आनंदही झाला. तो राजा फार दयाळू स्वभावाचा होता. त्यानं मला कपडे व अन्य सुखसोयी पुरवल्या.

"राजाच्या ताब्यात असलेलं बेट फार मोठं आणि धनधान्यानं भरलेलं होतं. तेथील व्यापारी अन्य देशांत त्यांच्या बेटावरील माल घेऊन जात आणि बाहेरचेही अनेक व्यापारी तिथं येत. मला कधीतरी माझ्या देशात परतता येईल, अशी आशा आता मला वाटू लागली. राजाची माझ्यावर कृपादृष्टी होती. त्यानं मला त्याचा दरबारी बनवलं. लोक माझ्याशी असं वागत, जणू काही मी त्यांच्याच देशाचा रहिवासी होतो.

"मला हे पाहून आश्चर्य वाटलं, की तिथं लोक खोगीर-लगामाविनाच घोड्यांवर स्वार होत असत. खुद्द राजादेखील विनाखोगीर घोडेस्वारी करे. मी एकदा राजाला विचारलं, 'तुम्ही लोक घोडेस्वारीसाठी खोगीर-लगाम का वापरत नाही?'

"राजा उत्तरला, 'खोगीर-लगाम म्हणजे काय?'

"मी सर्व समजावून सांगितल्यावर त्यानं मला या वस्तू बनवायला सांगितल्या.

"मी एक नमुना बनवून सुताराला दिला. त्यानं नमुन्यानुसार खोगीर बनवलं. मी त्यावर चामडं चढवलं. एका लोहाराला रिकिब बनवायला सांगितलं आणि लगामाचीही व्यवस्था केली. सगळ्या गोष्टी तयार झाल्यानंतर मी त्या घोड्यावर चढवल्या आणि तो घोडा राजासमोर आणला. त्या घोड्यावर स्वार होऊन त्याला खूपच आनंद झाला आणि समाधानही वाटलं. त्यानं माझा मोठा मानसन्मान केला आणि पूर्वीपेक्षाही अधिक आदर करू लागला. मग मी अनेक खोगीरं आणि लगाम बनवून राजपरिवारातील लोक, मंत्रीगण, इत्यादी लोकांना दिले. त्या बदल्यात त्यांनी मला हजारो रुपये आणि अन्य मौल्यवान वस्तू दिल्या. अशा प्रकारे राजदरबारात माझा मान वाढलेला पाहून नागरिकदेखील माझा आदर करू लागले.

"एके दिवशी एकांतात चर्चा करताना राजा म्हणाला, 'मी तुझ्यावर खूप खूश आहे आणि तुझं जास्तीत जास्त भलं व्हावं अशी माझी इच्छा आहे. माझे दरबारी लोक आणि सामान्य नागरिकदेखील तुझ्या बुद्धिमत्तेमुळे तुझे चाहते बनलेत. तू माझी गोष्ट ऐकावीस, असं मला वाटतं. माझ्या म्हणण्याला तू नकार देणार नाहीस, याची मला खात्री आहे.'

"मी म्हटलं, 'आपण जी आज्ञा द्याल, ती माझ्या हिताचीच असेल यात शंकाच नाही. कारण आपण सदैव माझे शुभचिंतक आहात. मग मी आपल्या आज्ञेचं उल्लंघन कसं करू शकेन?'

"मग राजा म्हणाला, 'माझी इच्छा आहे, की तू कायमस्वरूपी इथं वास्तव्यास राहावंस आणि तुझ्या देशात परतण्याचा विचार सोडून द्यावास. मी इथेच एका रूपवान व गुणवान मुलीशी तुझं लग्न लावून देऊ इच्छितो.'

"मी आनंदाने राजाचा प्रस्ताव स्वीकारला.

"राजानं एका अत्यंत रूपवान व गुणवान तरुणीशी माझा विवाह लावून दिला. ती मिळाल्यानंतर मी बगदादमधल्या माझ्या परिवाराला जणू विसरूनच गेलो. काही दिवसांनंतर माझ्या शेजाऱ्याची पत्नी आजारी पडून लवकरच देवाघरी गेली. तो शेजारी माझा चांगला मित्र होता, म्हणून मी शोक व्यक्त करण्यासाठी त्याच्या घरी गेलो. तो दुःखात इतका बुडालेला होता, की त्याचे अश्रू काही केल्या थांबतच नव्हते. मी त्याला

समजावलं, 'तू धीर धरायला हवा; ईश्वरेच्छा असेल, तर दुसऱ्या विवाहानंतर तुझं जीवन अधिक चांगलं बनेल.'

"तो म्हणाला, 'तुला काहीच माहीत नाही, म्हणून असा धीर देतोयस. माझं आयुष्य आता केवळ दोन-चार तासच शिल्लक राहिलंय.'

"मी गोंधळून त्याला अधिक स्पष्टीकरण मागितलं, तेव्हा तो म्हणाला, 'आज माझ्या मृत पत्नीसोबत माझं जिवंतपणे दफन होणार आहे. आमच्याकडे पूर्वापार अशी प्रथा आहे, की जर पतीचा अगोदर मृत्यू झाला, तर पत्नीला त्याच्यासोबत गाडण्यात येतं आणि जर पत्नी आधी वारली, तर पतीला तिच्यासोबत पुरण्यात येतं. आता माझा जीव वाचणं केवळ अशक्य आहे. इथल्या रहिवाशांनी एकमतानं ही प्रथा स्वीकारलेली आहे. त्यामुळे कुणीच ती मोडू शकत नाही.'

"अशी भयंकर प्रथा ऐकून मीही सटपटलो. माझं लग्न झालेलं असल्यानं आता मीही स्वत:विषयी चिंतेत पडलो.

"थोड्या वेळात त्याचे सर्व नातेवाईक गोळा झाले. त्यांनी कफन, वगैरेंची व्यवस्था केली. त्यांनी मृत स्त्रीच्या देहाला स्नान घालून उंची वस्त्रं नेसवली आणि एका उघड्या तिरडीवर ठेवून चालू लागले. तिचा नवराही मर्तिकाचे कपडे घालून रडत-पडत त्यांच्या मागोमाग चालू लागला.

"अशा प्रकारे सर्वजण एका मोठ्या पर्वतावर पोहोचले. तिथं त्यांनी एक मोठी शिळा दूर करताच तिच्याखाली एक खोल, अंधारा खड्डा होता. सर्वांनी दोरीच्या साहाय्यानं तिरडी त्या खड्ड्याच्या तळाशी सोडली. मग मृत स्त्रीच्या पतीलाही त्या खड्ड्यात उतरवलं. त्यांनी त्याच्यासोबत सात भाकरी आणि पाण्याचं भांडंदेखील ठेवलं. मग तो उतरल्यानंतर खड्ड्याचं तोंड त्या शिळेनं बंद करून टाकलं. तो पर्वत चांगलाच लांब-रुंद होता. त्याच्या दुसऱ्या बाजूला समुद्र होता आणि त्या बाजूचा भाग दुर्गम व निर्जन होता. शिळा पूर्ववत ठेवून, त्या पति-पत्नीचा शोक करून सर्व लोक गावात परतले.

"मी फार घाबरलो आणि विचार करू लागलो, की जगातल्या अन्य कुठल्याही देशात नसलेली ही प्रथा इथं का बरं पाळली जात असावी? परंतु याबद्दल कुणाशीही बोलावं, तर तो त्या प्रथेचं समर्थन करून माझं बोलणं चूकच ठरवत असे. अगदी मी राजाशी बोललो, तेव्हा तोही म्हणाला, 'सिंदबाद, ही प्रथा आमच्याकडे आमच्या

पूर्वजांपासून चालत आलेली आहे. माझी इच्छा असूनही मी ती थांबवू शकणार नाही. हा विधी मलाही लागू आहे. असं होऊ नये, पण जर राणीचं देहावसान झालं, तर माझंही तिच्यासोबत दफन केलं जाईल.'

"मी विचारलं, 'बाहेर देशातून आलेल्या रहिवाशांनादेखील ही प्रथा लागू होते का?'

"स्मित करत राजा म्हणाला, 'स्वदेशी-परदेशी सर्वांना ही प्रथा लागू होते. त्यापासून कुणीच वाचू शकत नाही.'

"या घटनेनंतर मी फार घाबरून राहू लागलो. मला नेहमी वाटत असे, की जर माझी पत्नी मेली, तर मलाही असा भयंकर मृत्यू येईल. म्हणून मी पत्नीच्या तब्येतीची खूप काळजी घेऊ लागलो. पण ईश्वरेच्छेपुढे कुणाचं चालतं? काही काळानंतर माझी पत्नी गंभीररीत्या आजारी पडली आणि लवकरच मृत्युमुखी पडली. माझ्यावर दुःखाचा डोंगरच कोसळला. मी डोकं बडवत म्हणू लागलो, 'मी उगाचच त्या बेटावरून पळालो. अशा प्रकारे जिवंत पुरलं जाण्यापेक्षा त्या नरभक्षकांच्या तोंडी गेलेलं परवडलं असतं!

"इतक्यात राजा, त्याचे दरबारी आणि सेवक माझ्या घरी आले. शहरातील अन्य प्रतिष्ठित लोकही गोळा झाले आणि माझ्या पत्नीचं शव तिरडीवर ठेवून घरातून निघाले. मीदेखील त्यांच्या मागोमाग रडतपडत, अश्रू ढाळत निघालो. दफन करण्याच्या पर्वतावर पोचून मी पुन्हा एकदा जीव वाचवण्याचा प्रयत्न केला. मी राजाला म्हणालो, 'महाराज, मी तर इथला रहिवासी नाही. मला इतका कठोर दंड का दिला जातोय? माझ्यावर दया दाखवून मला जीवदान द्या. शिवाय मी एकटाही नाहीये- माझ्या देशात माझी बायको-मुलं आहेत. त्यांचा विचार करून तरी मला सोडा.'

"अशा प्रकारे मी खूप आर्जवं केली, पण राजाला किंवा अन्य कुणालाही माझी दया आली नाही.

"प्रथम माझ्या पत्नीची तिरडी खड्ड्यात उतरवली गेली आणि मग मला दुसऱ्या तिरडीवर बसवून माझ्यासोबत भाकरी आणि पाण्याचा माठ देऊन खाली उतरवलं गेलं आणि पुन्हा खड्ड्यावर शिळा सरकवण्यात आली.

हे विवर जवळजवळ पन्नास हात खोल होतं. त्यात उतरताच तेथील दुर्गंधीमुळे माझं डोकं दुखू लागलं. कित्येक प्रेतांच्या सडण्यामुळे हा दुर्गंध येत होता. मी माझ्या तिरडीवरून उठून दूर पळालो. मी जोरजोरात रडून माझ्या दैवाला दूषणं देऊ लागलो.

ईश्वर जे करतो, ते चांगलंच असतं, असं आपण म्हणतो. पण माझ्या या दुर्दैवात कसलं भलं लपलंय, कोण जाणे? तीन-तीन सफरींत धोके आणि दुःख पत्करूनही अद्याप माझे डोळे उघडले नाहीत आणि मरायला मी पुन्हा चौथ्या सफरीवर इथं आलो. आता तर इथून निघण्याचा कोणताही मार्ग दिसत नाही. अशा प्रकारे मी कित्येक तास रडत बसलो.

''मनुष्य सुखात असो वा दुःखात, त्याला भूक तर लागतेच. मी नाक-तोंड झाकून माझ्या तिरडीपाशी पोचलो आणि थोडी भाकरी खाऊन पाणी प्यालं. काही दिवस असेच व्यतीत झाले. एके दिवशी भाकरी संपल्या, तेव्हा मला वाटलं, आता तर भूकबळी होणं, भुकेनं मरणंच नशिबात आहे. इतक्यात वर थोडा उजेड झाल्याने मी चमकून पाहिलं. वरची शिळा बाजूला करून लोकांनी एक मृत पुरुष आणि त्याच्यासोबत त्याच्या विधवेस खड्ड्यात उतरवलं. शिळा बंद झाल्यावर मी एका प्रेताच्या पायाचं हाड उचललं आणि गुपचूप पाठीमागून येऊन त्या स्त्रीच्या डोक्यावर इतक्या जोरात मारलं, की ती बेशुद्ध पडली. पुनःपुन्हा वार करून मी तिला मारून टाकलं आणि तिच्यासोबत ठेवलेल्या भाकरी आणि पाणी घेऊन माझ्या कोपऱ्यात जाऊन बसलो. दोन-चार दिवसांनी पुन्हा एका मनुष्यास त्याच्या मृत पत्नीसोबत खाली उतरवण्यात आलं. पूर्वीप्रमाणेच मी त्या माणसालाही मारून टाकून त्याच्या भाकरी आणि पाणी घेतलं. माझ्या नशिबानं गावात रोगाची साथ पसरली होती आणि रोज एक-दोन प्रेतं आणि त्यासोबत जिवंत लोक तेथे येऊ लागले. त्यांना मारून मी त्यांच्या भाकरी घेत असे.

''एके दिवशी मी तिथं जणू कुणाच्या श्वासांचा असावा, असा आवाज ऐकला. तिथे काळोख तर इतका दाट होता, की दिवस आहे की रात्र हेही समजत नसे. मी आवाजाकडे लक्ष दिलं, तर श्वासाबरोबरच पावलांचा धीमा आवाजही आला. मी उठलो, तेव्हा समजलं, की कोणीतरी एका दिशेनं पळत जात आहे. मीही त्यापाठोपाठ पळालो. काही काळ असं धावल्यानंतर मला दूर एकीकडे लुकलुकणाऱ्या ताऱ्यासारखी चमक दिसली. मी त्या दिशेनं धावू लागलो तेव्हा मला दिसलं, की मी बाहेर पडू शकेन, इतकं मोठं भगदाड तिथं होतं.

''खरंतर, मी पर्वताच्या दुसऱ्या बाजूला आलो होतो. पण पर्वत इतका उंच होता, की शहरवासीयांना त्याच्या दुसऱ्या बाजूला काय आहे, हेच माहीत नव्हतं. त्याच भगदाडातून कुठलासा प्राणी तिथल्या प्रेतांना खायला येत असे. त्याच्या मागोमाग

येऊन मला बाहेर पडायचा मार्ग गवसला होता. मी त्या भगदाडातून बाहेर मोकळ्या आकाशाखाली आलो. या दयेबद्दल मी परमेश्वराचे आभार मानले. मला आता माझा जीव वाचेल अशी आशा वाटू लागली होती.

"आता कुठे मी थोडा सावरलो आणि काही विचार करू लागलो. कारण आतापर्यंत तर प्रेतांच्या कुजलेल्या वासामुळे माझं डोकंच बधिर झालं होतं. थोडं-थोडं खाऊन मी इतके दिवस कसातरी तग धरून होतो. मनाचा हिय्या करून मी पुन्हा एकदा त्या प्रेतांच्या गुहेत शिरलो. कित्येक प्रेतांसमवेत मौल्यवान रत्नं, दागिने, इत्यादी ठेवले जात. मी चाचपडत, अंदाजानं खूप हिरे-जवाहीर गोळा केले. प्रेतांच्या कफनामध्येच त्यांच्या तिरडीच्या दोऱ्यांनी हिरे-जवाहिरांची अनेक गाठोडी बांधली आणि एक-एक करून त्यांना समुद्राच्या दिशेला बाहेर घेऊन आलो. समुद्रकिनारी मी दोन-तीन दिवस फळं खाऊन गुजराण केली.

"चौथ्या दिवशी मी किनाऱ्यालगत एक जहाज जाताना पाहिलं. पगडी उघडून ती हवेत उडवत खूप ओरडून मी हाका मारल्या. सुदैवानं जहाजाच्या कप्तानानं मला पाहिलं आणि जहाज थांबवून त्यानं मला घेण्यासाठी एक नौका पाठवली. खलाशी मला विचारू लागले, की मी या निर्जन ठिकाणी कसा आलो? त्यांना पूर्ण वृत्तांत सांगत बसण्याऐवजी मी म्हटलं, दोन दिवसांपूर्वी आमचं जहाज बुडालं होतं; माझे सोबतीही बुडाले; केवळ मीच काही लाकडी फळ्यांच्या साहाय्यानं स्वतःला आणि थोडं सामानही वाचवू शकलो. मग ते लोक मला माझ्या गाठोड्यांसह जहाजावर घेऊन गेले.

"जहाजावर कप्तानालाही मी हेच सांगितलं आणि त्याच्या मदतीच्या बदल्यात त्याला काही रत्नं देऊ केली, पण त्यानं ती स्वीकारली नाहीत. तेथून आम्ही अनेक बेटांवर गेलो. आमच्या वस्तूंची खरेदी-विक्री करत आम्ही कालांतरानं बसरा इथं पोचलो. तेथून मी बगदादला आलो.

"या प्रवासात मी अमर्याद संपत्ती कमावली. मी शहरात अनेक मशिदी बनवल्या आणि सुखानं राहू लागलो.''

एवढं बोलून सिंदबादनं हिंदबादला आणखी चारशे दिनार दिले आणि दुसऱ्या दिवशी पुन्हा यायला सांगितलं. हिंदबाद नेहमीप्रमाणे सिंदबादच्या एकापेक्षा एक धाडसी गोष्टी ऐकून नि:शब्द झाला. त्याला आता 'भीती' या भावनेविषयीच शंका वाटू लागली. भय खरोखर असतं, की ते अस्तित्वातच नाही? असा विचार करतच तो त्याच्या घरी परतला.

प्रकरण २

तुमची चौथी साहसयात्रा

ज्ञानमार्गाची युक्ती

आपल्या चौथ्या सफरीत सिंदबादनं **जास्त-कमीच्या भ्रमापासून सुटका मिळवली, आणि त्याचबरोबर तो मनाच्या घालमेलीपासून, व्याकुळतेपासूनही मुक्त झाला.** तो आपल्या सफरींतून नवनवे अनुभव प्राप्त करत, काहीतरी शिकत राहिला.

जीवन-घटनांच्या या यात्रेत सत्-मार्गावर चालत अनेक प्रकारच्या मुक्ती तुमची वाट पाहत असतात. मागील प्रकरणात अनेक अडचणींना सामोरं जाऊन जीवनातल्या ज्या सत्यांचा साक्षात्कार सिंदबादला झाला, त्यांच्याविषयी आता जाणून घेऊया. तुम्हीही त्याच अडचणींचा अभ्यास करून सिंदबादनं मिळवलेल्या सर्व प्रकारच्या मुक्ती मिळवू शकता. विचार करा- तुमच्या अंतरंगात प्रेम आणि आनंद यांचा प्रवाह मुक्तपणे वाहतोय का? वाहत नसेल तर हा मुक्त

प्रवाह अडवणाऱ्या गोष्टी कोणत्या आहेत? मनुष्याला मिळालेल्या गोष्टींत तो सहसा संतुष्ट होत नाही. त्याला काही गोष्टी कमी तर काही गोष्टी जास्त वाटतात. या गुंत्यात आतल्या आत मनाची घालमेल होते आणि सगळं काही अस्ताव्यस्त होऊन जातं. ज्या मौन व शांततेचा अनुभव घेण्यासाठी तो पृथ्वीवर आलेला आहे, त्याऐवजी कुठल्याही गोष्टीत सुनियोजन राहत नाही. चला, सिंदबादच्या चौथ्या यात्रेतून काय शिकायला मिळतं, हे आता जाणून घेऊया.

गोष्टीत तुम्ही वाचल्याप्रमाणे, ज्याप्रकारे सिंदबादचे सोबती रुचकर जेवणाच्या लोभात अडकून राजाच्या प्रलोभनास बळी पडले, त्याचप्रकारे मनुष्यही भौतिक आकर्षणात अडकून मायेच्या तावडीत सापडतो. त्यावेळी त्याच्या हे लक्षातच येत नाही, की या सगळ्या गोष्टी त्याला तात्पुरता आराम तर मिळवून देत आहेत, पण त्याचबरोबर त्याला विहिरीत ढकलून देत आहेत, मनाचा गुलाम बनवत आहेत. यापूर्वीही सिंदबादनं अशा प्रकारचे अनेक प्रसंग अनुभवले होते, म्हणून तो सतर्क व जागरूक होता. त्यामुळे तो अन्नाच्या लोभात अडकला नाही. राजानं टाकलेलं जाळं ओळखून तो वेळीच त्या देशातून पळून गेला. विचार करा, अशा कोणकोणत्या घटना आहेत, ज्यांचा पुनःपुन्हा अनुभव घेऊनही तुम्ही त्या विसरून जाता, त्यावेळी सतर्क राहू शकत नाही?

जीवनात येणाऱ्या विविध प्रसंगात मनुष्यानं साधनेचा सराव चालू ठेवला, तर त्याची जागरूकता वाढते. मग तो त्याच्या इंद्रियांचा स्वामी बनून प्रत्येक मोहापासून अलिप्त राहू शकतो.

या गोष्टीत आदिवासींच्या तावडीतून निसटून सिंदबाद गोऱ्या लोकांपाशी पोचला. तेथील राजानं त्याला भरपूर मान-सन्मान दिला, महालात राहण्यास जागा दिली आणि एका सुंदर तरुणीसोबत त्याचं लग्नही लावून दिलं. नोकरचाकरांनी समृद्ध राजेशाही जीवन उपभोगताना तो आपल्या देशाला व परिवारालाही विसरून गेला. **मनुष्याकडूनही नेहमी हीच चूक होते. ज्या गोष्टीचं त्याला आकर्षण असतं, तिच्यात अडकून तो आपला मार्ग बदलतो. सत्-मार्गावर चालत असतानाही तम-मार्ग व रज-मार्गांच्या मध्ये दोलायमान होत राहतो.**

मात्र सिंदबादला वाटलं, की नव्या राज्यात तो चांगल्या रीतीनं स्थिरस्थावर झाला होता, पण इथंही तो भुलावाच ठरला. एकदा जेव्हा सिंदबादच्या मित्राची पत्नी वारली, तेव्हा त्या राज्यात विवाहित दांपत्यामधील एकाचा मृत्यू झाला, तर दुसऱ्याचंही त्याच्यासोबत दफन करण्याची प्रथा होती. त्यामुळे सिंदबादच्या मित्राचं जिवंतपणीच

पत्नीसोबत दफन करण्यात आलं. या घटनेनं सिंदबाद फार भयभीत झाला, घाबरून गेला. त्याला काळजी वाटू लागली, की असंच संकट कुठे त्याच्यावरही तर येणार नाही ना!

या विचारांनी त्याच्या मनात फार घालमेल माजवली. आंतरिक रिक्त स्थान, मौन जणू लुप्त झालं. मग एके दिवशी खरोखरच त्याच्या पत्नीचा मृत्यू झाला. या नव्या राज्यात तो राजाचा लाडका होता, प्रजेस प्रिय होता, तरीही तो अशा एका प्रथेचा बळी ठरला, की ज्यामुळे त्याचा जीव संकटात सापडला, त्याचं अस्तित्व धोक्यात आलं. सिंदबादला वाटलं, त्याच्यावर फार अन्याय झाला. त्यानं राजा व अन्य दरबारी लोकांना इतकी मदत करूनही त्याचा जीव घेण्यात येणार होता. खरंतर हा घोर अन्याय होता. ईश्वरानं त्याला फार थोडं आयुष्य बहाल केलं होतं.

सिंदबाद सुख मिळवण्यासाठी आदिवासींकडून पळून नव्या राज्यात आला. असंच कित्येकदा शोधकाचं होतं. भटक्याप्रमाणे तो ज्ञान मिळवण्यासाठी एकीकडून दुसरीकडे भटकत राहतो. त्याला काही शक्ती, काही सिद्धी प्राप्त तर होतात, परंतु तो स्वानुभवात स्थापित होऊ शकत नाही. उलट, जो अहंकार मिटवण्यासाठी त्याने साधना केली होती, तो तर अधिकच बळावतो. खऱ्या 'स्व'ची ओळखच धोक्यात येते.

सिंदबादप्रमाणे मनुष्यही मृत्यूबाबत भयभीत व त्रस्त असतो. सर्वप्रथम जेव्हा कुणाचा मृत्यू तो पाहतो, तेव्हा त्याच्या मनातही असंख्य प्रश्न उभे राहतात. तो वयस्कांना विचारतो, तेव्हा त्याला हेच उत्तर मिळतं, की प्रत्येकाला एक ना एक दिवस देहत्याग करावाच लागतो. हे सत्य अपरिवर्तनीय आहे. हे ऐकून त्याच्या मनात अस्वस्थता दाटते. आंतरिक ईश्वरीय स्थान (हृदयस्थान) शंकेनं व भयानं व्यापलं जातं. मग तो याच चिंतेत त्रस्त राहतो, की मृत्यूवर विजय कसा मिळवू?

पण त्यासोबत जीवनात अन्य समस्याही येतच राहतात. त्यांमुळे मनुष्य कित्येकदा मोठ्या मानसिक तणावाखाली येतो. सिंदबादला मृत्यूच्या खड्ड्यात ढकलून देणं, हे याच गोष्टीचं प्रतीक आहे.

पत्नीसोबत खड्ड्यात पुरला गेल्यानंतर सिंदबादला अनेक अडचणींना तोंड द्यावं लागलं. हे मनुष्याला जीवनात मिळणाऱ्या दुःखांचं प्रतीक आहे. **आयुष्यात कितीही गंभीर समस्या आली, तरी तिचं उत्तर त्याच समस्येत दडलेलं असतं.** हेच येथे दर्शवायचं आहे. सिंदबादला मृत्यूच्या खड्ड्यात ढकलून देण्यात आल्यानंतरही

त्याने स्वतःला वाचवणं, तेथून बाहेर पडणं हेच सिद्ध करतं.

गोष्टीत सिंदबादला दाट अंधारात कुणाच्या तरी श्वासाचा आवाज ऐकू आला आणि पावलांची चाहूल लागली. तो आवाजाच्या मागोमाग गेला आणि अचानक तो पर्वताच्या दुसऱ्या बाजूनं बाहेर पडला. तेव्हा त्याला एकीकडून ताऱ्यासारखी चमक दिसली. पर्वत इतका उंच होता, की त्याच्या पलीकडच्या बाजूला काय आहे, हेही गावकऱ्यांना माहीत नव्हतं.

इतक्या अवघड परिस्थितीत, जिवंत राहण्याची काडीमात्र शक्यता दिसत नसतानाही, सिंदबादनं जगण्याची आशा सोडली नाही; मृत्यूपूर्वी तो मेला नाही. याचाच अर्थ, त्याचं लक्ष समस्येवर नव्हे, तर उत्तरावर केंद्रित होतं. त्या खड्ड्यात आणखीही अनेक लोक त्यांच्या मृत जीवनसाथीसोबत सोडले गेले होते, पण त्यांपैकी कुणालाच श्वासाचा आवाज किंवा पदरव ऐकू आला नाही. त्यांना सुटकेचा कुठलाच मार्ग दिसला नाही; ते तिथंच मरण पावले. पण ग्रहणशील आणि सतर्क असल्यामुळे सिंदबाद पर्वताच्या दुसऱ्या बाजूनं बाहेर पडू शकला. तुम्हालाही मनापासून ज्या गोष्टी हव्या असतात त्याच तुम्हाला जीवनात मिळतात.

पर्वताच्या दुसऱ्या बाजूला काय आहे, हे जसं गावकऱ्यांना माहीत नव्हतं, तसंच आपल्या मनापलीकडे दुसऱ्या बाजूला काय आहे, हे मनुष्याला माहीत नसतं. पर्वताच्या अलीकडे जे दिसतं, त्यालाच तो सत्य मानतो. ज्या भगदाडातून कुठलातरी प्राणी शव खाण्यासाठी येत असे, त्याच मार्गानं सिंदबादला बाहेर पडण्याचा मार्ग गवसला. अगदी याचप्रमाणे, **मनुष्यामध्ये विकार ज्या मार्गानं प्रवेश करतात, तोच मार्ग त्याला मुक्तीचं द्वारही दाखवू शकतो.**

समस्या मनुष्याला शोध घ्यायला लावते, मार्ग दाखवते, प्रार्थना व समर्पण करवते. या स्वीकारभावनेतून मग अनेक रहस्यं उलगडू लागतात. गुरुतत्त्व जागृत होतं. अंधाऱ्या गुहेच्या एखाद्या कोपऱ्यातून ज्ञानाची चमक दृग्गोचर होते. मग हळूहळू ती चमक गुहा व्यापून टाकते आणि मनुष्याला तो स्वतः खुल्या आकाशाखाली मुक्त असल्याचं जाणवतं. त्यानंतर ज्ञानाच्या प्रकाशात त्याला सगळं स्वच्छ दिसू लागतं.

समस्या कोण आहे? तो कोण आहे? जन्म-मृत्यूचं रहस्य काय आहे? अशा प्रकारे मृत्यूच्या भीतीतून मुक्त होऊन तो आता मोकळेपणानं व्यक्त होऊ शकतो.

अखेरीस सिंदबादने गुहेतून बाहेर पडण्याचा रस्ता शोधून काढलाच. शिवाय

तो तेवढ्यावरच थांबला नाही, तर धीर एकवटून परत अंधाऱ्या गुहेत गेला आणि स्त्रियांच्या शवांवरून मौल्यवान अलंकार काढून घेतले. मगच स्वतःच्या देशात परतला आणि ते अलंकार विकून मिळालेलं धन त्यानं लोककल्याणासाठी खर्च केलं.

तुम्हालाही हेच करायचं आहे. प्रथम स्वतः मुक्त व्हायचं आहे. शव कोण आणि शिव कोण, हे जाणून घेऊन मानवजातीच्या मुक्तीसाठी निमित्त बनायचं आहे. पाणी आहे, तर तहान आहे. तहान आहे, तर ती भागवायची आहे. तहान भागवल्यानंतर तहानेची तहान जागवायची आहे.

प्रकरण ३

जास्त-कमीचा भ्रम आणि घालमेल यांपासून मुक्तीचे उपाय
सवयीचा सदुपयोग

सत्-मार्गावर चालत असताना चौथ्या आंतरिक साहसयात्रेत दोन प्रकारच्या मुक्ती तुमची वाट पाहत असतात. पहिली आहे, जास्त-कमीच्या भ्रमापासून मुक्ती! यावर दृढ विश्वास ठेवा- **जास्त नव्हे, कमी नव्हे, हा तर आहे केवळ भ्रम!**

मनुष्याला जीवनात मिळालेल्या गोष्टी एक तर कमी वाटतात किंवा जास्त. मात्र आता तुम्हाला जास्त-कमीच्या भ्रमापासून कायमस्वरूपी सुटका मिळवायची आहे. त्यासाठी आहे- ज्ञान मार्ग. ज्ञानमार्गावरून वाटचाल करत तुम्हाला जास्त- कमीच्या भ्रमापासून मुक्त व्हायचं आहे. हा मार्ग अत्यंत चिंचोळा आहे, अगदी एखाद्या दोरीवरून चालण्यासारखा. म्हणजेच, या रस्त्यावर सावधगिरी बाळगली नाही, तर पाय घसरणं निश्चित. कारण थोडंफार ज्ञान मिळवून मनुष्य स्वतःला

ज्ञानी समजू लागतो आणि सहजतया अहंकाराच्या तावडीत सापडतो. परंतु, तुम्हाला जागृत राहून ज्ञानमार्गावरून चालत जास्त-कमीच्या भ्रमातून मुक्ती मिळवायची आहे.

सकाळी झोपेतून उठून मनुष्य विचार करतो, की आज झोप पूर्ण झाली नाही, झोप कमी मिळाली. कुणी म्हणतं, 'आज जेवण जरा जास्त झालं,' तर कुणी म्हणतं, 'जेवायला कमी मिळालं.' कुणी म्हणतं, 'उकाडा जास्त आहे, थंडावा कमी झालाय.' पण असं काही नसतं. झोप ना कमी होते, ना जास्त. जेवण ना कमी झालं, ना जास्त. उकाडा ना कमी आहे, ना जास्त. **कमी-जास्तीचा प्रश्नच उद्‍भवत नाही. जितकं आवश्यक आहे, तितकंच मनुष्याला मिळत असतं.**

तुम्हाला अमृत मिळालं, तर 'कमी मिळालं,' किंवा 'जास्त मिळालं' असं तुम्ही म्हणाल का? **अमृत तर फक्त अमृत असतं. केवळ सर्वोच्च संतुष्टीची अनुभूती!** आता इथून पुढे जेव्हा केव्हाही मन म्हणेल, 'झोप कमी झाली,' तेव्हा तुम्ही म्हणावं, 'हे तर अमृत आहे, जितकं आवश्यक होतं, तितकं मिळालं.' त्याचप्रमाणे कमी झोपदेखील अमृत असते, अन्यथा कमी झोप झाली तर हे चुकीचं झालं असं मन समजू लागतं. काम जास्त असेल, तर म्हणावं, 'जास्त काम अमृत आहे.' जिथं-जिथं मन कमी-जास्त म्हणू लागेल, तिथं-तिथं तुम्ही म्हणा, 'अमृत आहे.' मन म्हणालं, 'काळे केस कमी आहेत,' तर म्हणा, 'जितके आहेत, अमृत आहेत.' मन म्हणालं, 'पांढरे केस जास्त आहेत,' तर म्हणा, 'पांढरे केस अमृत आहेत.'

अशा प्रकारे तुम्ही कमी-जास्तच्या भ्रमापासून मुक्त होऊ लागाल. ज्ञानमार्गावर चालणं दोरीवर चालण्यासारखं आहे. यावरून चालताना मन पुनःपुन्हा घसरत राहतं. म्हणून तुम्हाला सदैव सतर्क राहायचं आहे.

या मुक्तीचं प्रतीक आहे - अमृताचा प्याला.

प्याल्यातील अमृत पाहून तुम्हाला संतुष्टीची आठवण येईल. या प्रतीकचिन्हात तुमची नकारात्मकता अमृतात बदलण्याचं सामर्थ्य आहे.

घालमेलीपासून मुक्ती

चौथ्या आंतरिक प्रवासात दुसरी मुक्ती आहे- 'घालमेलीपासून मुक्तता'. घालमेल म्हणजे अस्ताव्यस्तपणा, असूत्रीपणा. घरांमध्ये वस्तू कशा अस्ताव्यस्त पडलेल्या असतात, हे आपण नेहमी पाहतो. कामाच्या असोत वा बिनकामाच्या, सगळ्या गोष्टी इकडं-तिकडं विखुरलेल्या असतात. असं दृश्य सहसा अनेक घरांमध्ये

दिसून येतं. म्हणजेच, त्या घरांतील जागेत घालमेल माजलेली असते.

ही झाली बाहेरच्या घरातील घालमेल. तुमचं एक घर बाहेर आहे, एक तुमच्या आत आहे. **मनात उद्‌भवणाऱ्या शंका, संभ्रम, तुलना, ईर्ष्या, लोभ यांच्या विचारांच्या कोलाहलाला आंतरिक घालमेल म्हणतात.** तुम्हाला दोन्ही घालमेलींपासून अंतर्बाह्य मुक्त व्हायचं आहे.

आपण भिंतींनी बनलेल्या इमारतीला घर म्हणतो. जरा सखोलपणे विचार करा- घरात खरोखर उपयुक्त काय असतं- भिंती, की भिंतींच्या मधोमध असलेली रिकामी जागा? वस्तुतः आपण घराच्या चार भिंतींचा नव्हे, तर त्यांच्या मधील रिक्त जागेचा वापर करत असतो. भिंतींमुळे त्या रिक्त जागेला एक आकार मिळतो, त्यालाच आपण घर म्हणतो. जर भिंतीच काढून टाकल्या, तर काय उरेल? फक्त स्पेस, म्हणजे रिकामी जागा. विश्वात चोहीकडे केवळ स्पेसच स्पेस आहे. त्यांच्यात मनुष्य, वनस्पती, प्राणी, नदी-नाले, पर्वत यांच्या रूपातील भिंती म्हणजे ईश्वराची रचनात्मकता आहे. यांमुळे फक्त स्पेसचं विभाजन होतं आणि ईश्वराची लीला सुरू राहते.

मनुष्य म्हणतो, 'स्पेस नाहीये स्पेस नाहीये.' आता तुम्ही समजू शकता, की स्पेस शोधू लागाल, तर स्पेसखेरीज अन्य काहीच मिळणार नाही. कायम लक्षात ठेवा, की मनुष्य स्पेसचाच उपयोग करत असतो. समजा, तुम्ही कारमध्ये जाता, त्यावेळी तुम्ही कारमध्ये असलेल्या स्पेसमुळेच आत बसू शकता. मडक्यात स्पेस नसती, तर काय झालं असतं? आतून रिकामं नसलेलं मडकं तुम्ही विकत घ्याल का? नाही ना? कारण तुम्हाला मडक्याच्या आतील रिकामी जागा वापरायची असते.

अशाच प्रकारे, मनुष्य आपल्या प्रत्येक कृतीसाठी, रचनात्मकतेसाठी स्पेसचाच उपयोग करत असतो. मनुष्याची मनोवृत्ती, त्याचे विचार यांतून त्या स्पेसची शुद्धता ठरते. पण ती स्पेस जर घालमेलीने, विकारांनी भरलेली असेल, तर मनुष्याची क्षमता घटते. यापासून मुक्तीसाठी रात्री म्हणा- **'गुड नाईट रीअल होम!'**

रात्री झोपण्यापूर्वी तुम्ही घरातील सदस्यांना गुडनाइट म्हणता की नाही? आतापासून तुमच्या घरालाही गुडनाईट म्हणा, **'गुड नाइट डिअर होम, गुड नाइट रीअल होम!'** डिअर होम म्हणजे बाहेरच्या घरातील आंतरिक स्पेस.

रिअल होम, म्हणजे तुमच्या शरीररूपी घराची आंतरिक स्पेस. चोहीकडे पाहत म्हणा, 'गुड नाइट रिअल होम.' तुम्ही एखाद्याला गुडनाइट म्हणता, तेव्हा त्याच्याशी हात मिळवता, किंवा त्याला आलिंगन देता. स्पेसला आलिंगन कसं देणार, किंवा

स्पेसचा हात कसा धरणार? तर तुमच्या आजूबाजूला विखुरलेल्या गोष्टी उचलून त्या त्यांच्या जागेवर ठेवून द्या. प्रत्येक गोष्टीला तिच्या ड्रॉवरमध्ये जाऊ द्या. दिवसभरात झालेल्या अस्ताव्यस्तपणाला थोडं नीटनेटकं करा आणि मग झोपी जा, ही त्याची पद्धत. तुम्ही एखादे वेळी फार थकलेला असाल, त्यावेळी असं नाही केलं तरी चालेल, पण स्पेसला गुडनाइट म्हणण्याची सवय लावून घेण्याचा प्रयत्न असावा. ही बाह्य कृती आपला आंतरिक ताळमेळ बसवण्याचं प्रतीक आहे. बाहेरील वस्तू अस्ताव्यस्त असतील, तर मनही बेचैन होऊ लागतं. जे बाहेर असतं, तेच आत घडतं.

सवयीचा सदुपयोग

तुम्ही तुमचा टूथब्रश नेहमी ठरावीक ठिकाणीच ठेवता ना? सकाळी उठून तुम्हाला कधी ब्रश आणि पेस्ट शोधत बसावी लागत नाही. मग अन्य वस्तूंबाबत असं का होऊ शकत नाही? तुम्ही काही गोष्टी नियमितपणे करत असता, कारण तसं शिकलेले असता. मात्र काही गोष्टी तुम्हाला अद्याप शिकायच्या आहेत.

जसं दोन शब्दांत स्पेस असते, दोन ओळींत स्पेस असते. पुस्तक वाचताना तुम्ही हे पाहू शकता, नाही का? काय म्हणालात – 'स्पेस आहे'? तर मग सदैव या 'आहे'च्या भावनेत राहा. जितकं 'आहे'मध्ये राहाल, तितकं आभारी, कृतज्ञ राहाल. स्पेस आहे म्हणून धन्यवाद... स्पेस आहे म्हणून धन्यवाद...!

गर्दीत चालताना तुम्ही अगोदर हे पाहता, की पुढं जाण्यासाठी जागा कुठं आहे? तुमचं सगळं लक्ष स्पेसकडेच लागून राहिलेलं असतं. याचाच अर्थ तुम्हाला स्पेसकडे लक्ष देता येतं, ब्रश व पेस्टला योग्य जागी ठेवता येतं. त्यासाठी कुठल्या प्रशिक्षणाची गरज तुम्हाला भासत नाही. म्हणून तुम्हाला जे येतं, त्याचाच सदुपयोग करायचा आहे बस्स...

घालमेलीपासून मुक्तीचं प्रतीक आहे – रिकामा हिरा. स्वच्छ रिक्ततेचं हे प्रतीक आहे. हा हिरा आतून रिकामा असून तो किती चमकतोय, ते चित्रात दिसेल. त्याच्या आत स्पेस आहे. तुम्ही यावर त्राटक ध्यान करताना हे उमजून ध्यान करा, की हा रिकामा हिरा आहे आणि हा मला माझ्या आंतरिक स्पेसची आठवण करून देतोय. शिवाय आंतरिक स्पेस घालमेलीपासून मुक्ततेची आठवण करून देत आहे.

सिंदबादच्या चौथ्या सफरीत तुम्ही जाणलं, की त्याच्या बाह्य जीवनात प्रचंड घालमेल असूनही सत्-मार्गावर चालत त्यानं त्यातूनच आंतरिक शांती प्राप्त केली.

खंड - ५

कूटलेखन व विसंवादापासून मुक्ती
गुरूंची शिकवण आणि भक्तीशी युक्ती

प्रकरण १

दर्यावर्दी सिंदबादची पाचवी सागरी सफर

सिंदबादची प्रत्येक साहसयात्रा एकापेक्षा एक रोमांचक होती. प्रत्येक सफरीचं वर्णन ऐकून हिंदबादच्या मनात पुढील सफरीविषयीची उत्सुकता अधिकाधिक वाढत असे. दुसऱ्या दिवशी हिंदबाद पाचव्या सफरीचा वृत्तांत ऐकण्यासाठी सिंदबादच्या बंगल्यावर पोचला. सिंदबादनं हसून त्याचं स्वागत केलं आणि त्याला कक्षात बसवलं. थोड्याच वेळात त्याचे अन्य मित्रही आले. सर्वांमध्ये बसून सिंदबाद पुढच्या सफरीचा वृत्तान्त सांगू लागला. सिंदबाद म्हणाला -

"माझी अवस्था विचित्र झाली होती. कितीही संकटं अनुभवलेली असली, तरी काही दिवसांच्या सुखानंतर मी ती विसरून जात असे आणि नव्या प्रवासासाठी पुन्हा तत्पर होत असे. यावेळीही असंच झालं. यावेळी मी माझ्या इच्छेनुसार प्रवास करायचं

ठरवलं. मी ठरवलेल्या प्रवासाला निघण्यासाठी कुठलाही कप्तान तयार झाला नाही, म्हणून मी स्वतःच एक जहाज बनवून घेतलं. पण जहाज भरण्यासाठी केवळ माझाच माल पुरेसा नव्हता. म्हणून मी अन्य व्यापाऱ्यांनाही जहाजावर चढवून घेतलं आणि प्रवासासाठी आम्ही खोल समुद्रात शिरलो.

‘‘काही दिवसांनी आमचं जहाज एका निर्जन बेटाला लागलं. तिथं मी पूर्वी पाहिलं होतं तसं रुख पक्ष्याचं एक अंडं आढळलं. मी अन्य व्यापाऱ्यांना त्याबद्दल सांगितलं. तेव्हा ते त्याला जवळून पाहण्यासाठी त्याच्या समीप गेले. अंड्यातून पिलू बाहेर निघण्याच्याच बेतात होतं. जोराचा ठक-ठक आवाज होऊन पिलाची चोच अंडं फोडून बाहेर निघाली, तेव्हा व्यापाऱ्यांना ते पिलू भाजून खायची कल्पना सुचली. म्हणून ते कुऱ्हाडीनं ते अंडं फोडू लागले. मी खूप मनाई करूनही त्यांनी माझं ऐकलं नाही आणि पिलू बाहेर काढून त्याला कापून त्यांनी भाजून खाऊन टाकलं.

‘‘थोड्याच वेळात चार मोठमोठे ढग आमच्या दिशेनं येताना दिसले. मी ओरडून सर्वांना सांगितलं, ‘चटकन जहाजावर चला, रुख पक्षी येत आहेत.’

‘‘आम्ही जहाजावर पोहोचलोच होतो, तोवर पक्ष्याचे माता-पिता तिथं आले आणि अंड फुटलेलं आणि पिलाला मेलेलं पाहून संतापून जोरजोरात चीत्कारू लागले. काही वेळानं ते तेथून उडून गेले. आम्ही जलद गतीनं आमचं जहाज एका दिशेला पळवलं, म्हणजे रुख पक्ष्यांच्या क्रोधापासून वाचता आलं असतं, परंतु त्याचा उपयोग झाला नाही. थोड्याच वेळात रुख पक्ष्यांचा एक थवाच आमच्या डोक्यावर घिरट्या घालू लागला. त्यांच्या पंजांत महाकाय शिळा होत्या. त्यांनी आमच्यावर त्या शिळांचा वर्षाव सुरू केला. एक शिळा जहाजापासून थोड्या अंतरावर येऊन पडली आणि त्यातून पाणी इतकं जोरात उसळलं, की जहाज डगमगू लागलं. दुसरी एक शिळा नेमकी जहाजावर पडली आणि जहाजाचे तुकडे-तुकडे झाले. सगळे व्यापारी आणि त्यांचा माल पाण्यात बुडाला. मला मात्र जीव वाचवण्याची संधी मिळाली आणि मी एका लाकडी फळकुटाच्या आधारानं कसाबसा एका बेटावर येऊन पोचलो.

‘‘किनाऱ्यावर थोडा वेळ आराम केल्यानंतर मी आजूबाजूला फिरून पाहू लागलो, की काय करता येईल? तिथं सुंदर-सुंदर फळांच्या कित्येक बागा मला दिसल्या. काही झाडांची फळं कच्ची होती, तर अनेक फळं पिकलेली व मधुर होती. गोड्या पाण्याचे अनेक झरेही मला दिसले. मी प्रथम पोटभर पक्क फळं खाल्ली आणि एका झऱ्याचं पाणी प्यालं. रात्र होऊ लागली होती, म्हणून मी झोपण्यासाठी एका जागी अंग टाकलं. पण

मला झोप आली नाही. निर्जन जागेचं भय होतं आणि माझ्या दुर्दैवाचं दुःखही होतं. आयुष्यभर सुखात व ऐश्वर्यात राहू शकण्याइतकी संपत्ती जवळ असूनही प्रवासाला निघण्याचा मूर्खपणा केल्याबद्दल मी रडत-रडत स्वतःलाच दूषणं देऊ लागलो. या बेटावरून बाहेर कसं पडता येईल, याचा विचारही कधी-कधी येत होता.

''अशातच सकाळ झाली. विचारांचा गुंता बाजूला सारतच मी उठून उभा राहिलो आणि आजूबाजूला भटकून फळं लगडलेले वृक्ष शोधू लागलो. थोड्या वेळाने एका ओढ्याच्या किनाऱ्यावर बसलेला एक वृद्ध मला दिसला. तो फार अशक्त आणि कमरेपासून खाली लुळा असल्याचं दिसत होतं. आधी मला वाटलं, हादेखील माझ्याचसारखा जहाज बुडालेला, वाट चुकलेला वाटसरू आहे. मी त्याला जवळ जाऊन नमस्कार केला. त्यानं उत्तर दिलं नाही, केवळ मान हलवली.

''मी त्याला विचारलं, 'काय म्हणायचं आहे तुला?'

''त्यानं इशाऱ्यांनी मला सांगितलं, 'मी त्याला खांद्यांवर बसवून त्या ओढ्याच्या पलीकडे नेऊन सोडावं,' अशी त्याची इच्छा होती. पैलतीरी जाऊन कदाचित त्याला तिथल्या वृक्षांची फळं खायची असावीत, असं मला वाटलं. मी त्याला मानगुटीवर बसवून घेतलं.

''ओढ्यापल्याड जाऊन मी त्या वृद्धाला खांद्यांवरून उतरवण्याचा प्रयत्न केला, तेव्हा तो अशक्त वाटणारा म्हातारा एकदम बलशाली झाला. त्यानं पायांनी माझ्या मानेला इतका जोरदार विळखा घातला, की माझा श्वास कोंडला गेला. माझे डोळे खोबणीतून बाहेर पडतील की काय असं वाटत होतं. मी तत्काळ बेशुद्ध होऊन खाली पडलो. मग त्यानं पायांची पकड जरा सैल केली, म्हणून मला श्वास घेता येऊ लागला. थोड्या वेळातच मी शुद्धीवर आलो. आता म्हाताऱ्यानं मला उठण्याचा इशारा केला. मी उठलो नाही, तेव्हा त्यानं माझ्या पोटात एक लाथ मारली आणि दुसरी माझ्या तोंडावर मारली. तेव्हा त्याचं ऐकण्यावाचून मला गत्यंतरच राहिलं नाही. त्याला घेऊन मी भटकू लागलो. तो मला वृक्षांखाली घेऊन जाई, फळं तोडे, स्वतः खात असे आणि मलाही काही देत असे.

''रात्र झाल्यावर मी झोपण्याची तयारी करू लागलो. तरीही म्हातारा माझ्या मानगुटीवरून उतरलाच नाही. मीदेखील तसाच, मानेभोवती त्याच्या पायांचा विळखा घेऊन पहुडलो आणि झोपी गेलो. तोही याच अवस्थेत झोपी गेला. सकाळी त्यानं लाथ मारून मला उठवलं आणि कालच्याप्रमाणे आजही माझ्यावर स्वार होऊन संपूर्ण बेटावर

फिरवलं. मी क्रोधानं व दुःखानं अर्धमेला झालो होतो, परंतु काहीच करू शकत नव्हतो. कारण तो एक क्षणही मला सोडत नव्हता आणि मी थांबताच टाचेनं लाथा मारून असह्य वेदना देत होता.

''एके दिवशी मी तिथं भोपळ्याची सुकी बाह्यावरणं पाहिली. मी ती स्वच्छ केली आणि त्यांत पक्व द्राक्षांचा रस भरला. काही दिवसांनी फिरत मी पुन्हा तिथं आलो, तेव्हा मला दिसलं, की द्राक्षरस आता चांगला आंबला होता आणि त्याचं मद्य बनलं होतं. मी फार अशक्त झालो होतो, म्हणून स्वतःमध्ये ताकद आणण्यासाठी मी हा उपाय केला होता. थोडंसं मद्य पिताच माझ्यात शक्ती संचारली. माझी चाल जलद झाली आणि मी गाऊदेखील लागलो. हे पाहून म्हातारा चकित झाला. त्याने भोपळ्यात भरलेलं मद्य हवं म्हणून इशाऱ्यानं फर्मावलं.

''मी तर केवळ दोन-चार थेंबच घेत असे. पण मद्य आवडलं, म्हणून त्या वृद्धानं पूर्ण भोपळाभर मद्य गटागट पिऊन टाकलं. त्यामुळं त्याला चांगलीच नशा चढली. तो गाऊ, झुलू आणि डगमगू लागला. माझ्या मानेवरची त्याची पकड ढिली होताच मी त्याला जमिनीवर आपटलं. तो खाली पडताच, एका दगडानं त्याचं डोकं ठेचून मी त्याला मारून टाकलं. त्याच्या तावडीतून सुटल्याचा मला आनंद झाला आणि मी समुद्रकिनारी आलो.

''योगायोगानं त्याचवेळी एका जहाजातून काही लोक गोडं पाणी भरून घेण्यासाठी त्या बेटावर उतरले. त्यांना माझी गोष्ट ऐकून फार आश्चर्य वाटलं.

''त्यांनी विचारलं, 'खरोखरच तू त्या म्हाताऱ्याच्या तावडीत सापडला होतास? त्यानं तर कित्येकांना असंच पळवून आणि गळा दाबून मारून टाकलंय. आजवर त्याच्या तावडीतून कुणीच सुटलं नाही. तू खरोखर खूप भाग्यवान आहेस. या बेटाच्या आतपर्यंत कुणी जात नाही, कारण सगळे त्या म्हाताऱ्याला घाबरतात.'

''मग ते मला त्यांच्या जहाजावर घेऊन गेले. कप्तानानंही माझी कहाणी ऐकून माझ्यावर दया दाखवली आणि त्यानं भाड्याचे पैसे न घेता, सगळ्या सुविधांसह मला जहाजावर प्रवास करू दिला. प्रवासादरम्यान माझी एका मोठ्या व्यापाऱ्यासोबत दाट मैत्री झाली.

''दुसऱ्या एका बेटावर पोहोचून त्या व्यापाऱ्यानं त्याचे अनेक नोकर जमिनीवर पाठवले आणि मला एक पेटारा देऊन तो म्हणाला, 'यांच्यासोबत जा आणि ते जे काही

करतील, तेच तू करत राहा. त्यांच्यापासून विलग होऊ नकोस, अन्यथा मोठ्या संकटात सापडशील.'

मी सगळ्या माणसांसोबत बेटावर उतरलो. बेटावर नारळाची खूप झाडं होती, पण ती इतकी उंच होती, की त्यांच्यावर चढणं अशक्यप्राय वाटत होतं. तिथं अनेक वानरंही होती. आम्हाला घाबरून ती वानरं त्वरित झाडांवर चढली. मग माझ्या सोबत्यांनी आसपासचे खडे आणि दगड गोळा केले आणि वानरांवर एक-एक करून फेकायला सुरुवात केली. मीही तसंच केलं. वानर कोपिष्ट होऊन नारळ तोडून आमच्यावर फेकू लागले. थोड्याच वेळात जमिनीवर नारळांचा ढीग साचला. आम्ही सर्वांनी आपापले पेटारे नारळांनी भरून घेतले. नारळ गोळा करण्याचा हा प्रकार पाहून मला खूप आश्चर्य वाटलं. मग मी त्या लोकांसमवेत शहरात आलो आणि चांगल्या किमतीला ते नारळ विकले.

''व्यापाऱ्यानं नारळाच्या किंमतीतील माझा वाटा मला देऊन म्हटलं, 'तू रोज जाऊन अशाच रीतीनं नारळ गोळा करत जा, आणि ते विकून मिळालेले पैसे साठवत जा. काही दिवसांत तुझ्याकडे इतकं धन गोळा होईल, की तुला सहज तुझ्या देशी परतता येईल.'

''मी त्याचा सल्ला मानला आणि कित्येक दिवस अशा प्रकारे नारळ विकत राहिलो. अखेरीस माझ्याकडे या व्यापारातून पुरेसं धन जमा झालं.

''मी माझ्याकडचे नारळ घेऊन अन्य बेटांवरही गेलो. तिथं नारळ विकून काळे मिरे आणि चंदन विकत घेतलं. त्या व्यतिरिक्त, आणखी काही व्यापाऱ्यांच्या सल्ल्यानं मी समुद्रातून मोती काढण्याच्या त्यांच्या योजनेत भागीदार झालो. माझ्या पाणबुड्यांनी अनेक मोठे व सुडौल मोती काढले. त्यानंतर मी एका जहाजानं बसरा बंदरावर आलो. तिथं मी काळे मिरे, चंदन आणि मोती विकले, तेव्हा माझ्या अपेक्षेपेक्षाही अधिक लाभ झाला. मी त्याचा दहावा भाग दान म्हणून दिला आणि सुख-सुविधेच्या वस्तू विकत घेऊन पुन्हा बगदादला घरी परतलो.''

पाचव्या सफरीचा वृत्तांत ऐकवून झाल्यावर सिंदबादनं हिंदबादला पुन्हा चारशे दिनार दिले आणि अन्य मित्रांना निरोप देऊन, दुसऱ्या दिवशी पुन्हा पुढील सफरीचा वृत्तांत ऐकण्यासाठी निमंत्रित केलं.

घरी परतताना हिंदबाद विचार करत होता, की सिंदबादला नित्य नव्या प्रवासासाठी प्रेरित करणारी ऊर्मी येते तरी कुठून?

प्रकरण २

तुमची पाचवी साहसयात्रा
वाळवंटी आणि बर्फाळ मार्ग

पाचव्या सफरीतून सिंदबादनं कूटलेखनापासून मुक्ती मिळवली. त्याचबरोबर, स्वतःच्या आंतरिक विवादापासूनही तो मुक्त झाला. सत्-मार्गावर या दोन्ही मुक्ती तुमची वाट पाहत असतात. **म्हणून, नव्या सवयी जडवून घेऊन तुमच्या मेंदूत नवा न्यूरोपाथ घडवा. हा नवा न्यूरोपाथ तुमची आंतरिक संघर्षापासून सुटका करेल.** नव्या सवयी अंगीकारत तुमचा प्रवास सुरू ठेवा; तोच तुम्हाला क्षितिजाकडे घेऊन जाईल.

चला, पाचव्या सफरीत सिंदबादनं कूटलेखन व विवाद यांपासून कशा प्रकारे मुक्ती मिळवली, हे आता आपण जाणून घेऊया.

गोष्टीत सिंदबादच्या सोबत्यांनी रुख नामक पक्ष्याचं अंडं फोडलं. सिंदबादनं त्याच्या सोबत्यांना इशाराही दिला होता, पण त्यांनी त्याचं मुळीच ऐकलं

नाही आणि कुऱ्हाडीनं अंडं फोडून पिलाला भाजून खाऊन टाकलं. परंतु ते रुख पक्ष्यांच्या क्रोधापासून वाचू शकले नाहीत आणि जीव गमावून बसले. मनुष्याचंही काहीसं असंच होतं. त्यांच्या मनात अन्नाची वासना इतकी तीव्र असते, की चवीपुढे त्यांचा संयम फिका पडतो. कुणी सावधान केलं, तरी त्याकडे ते दुर्लक्ष करतात. पुढं चालून ते आपल्या वृत्तीचे, वाईट सवयींचे गुलाम बनतात आणि पश्चात्तापाखेरीज त्यांच्या हाती काहीच लागत नाही.

गोष्टीतला असहाय, आजारी म्हातारा लहानसहान नकारात्मक विचारांचं प्रतीक आहे. अनेकदा, मनुष्य लहानशा भासणाऱ्या नकारात्मक विचारांना मनात शिरकाव करू देतो; हे विचार आपलं काय वाईट करू शकतील, असं त्याला वाटतं. परंतु ही छोटी, क्यूट बाळं मनुष्याच्या मानगुटीवर बसून त्याला जखडून टाकू शकतात. सिंदबादच्या खांद्यावर बसताच मरतुकडा भासणारा म्हातारा जसा एकदम शक्तिशाली झाला, तसेच लहानसे वाटणारे विचार कधी बलशाली बनतात, हे मनुष्याला समजतही नाही. मग ते इतके प्रभावशाली बनतात, की मनुष्य आपल्या मूळ आनंदी स्थितीपासून, ईश्वरीय अवस्थेपासून कित्येक योजनं दूर जातो, चिंतांमध्ये अडकतो आणि मग इच्छा असूनही या चक्रातून बाहेर पडू शकत नाही. जसं गोष्टीत म्हाताऱ्यानं रात्रीदेखील सिंदबादच्या मानेभोवती पायांचा विळखा घालून ठेवलेला होता, तसंच, रात्री झोपतानाही विचार मनुष्याचा पिच्छाच सोडत नाहीत, त्याला चिटकूनच राहतात. आतापर्यंत जो परमात्मा शरीराला चालवत होता, त्याच्याऐवजी हे विचारच शरीराला चालवू लागतात. **पूर्वी मालक असलेला ईश्वर आता नोकर बनतो आणि पूर्वी नोकर असलेलं मन आता मालक बनतं.**

खरंतर मनुष्य आपल्या तौलनिक मनामुळे इतका हैराण झालेला असतो, की त्याला त्याच्यापासून सुटका हवी असते. पण आता त्याचे संस्कार इतके खोलवर रुजलेले असतात, की मिटता मिटत नाहीत. सवयी इतक्या जुन्या बनलेल्या असतात, की सुटता सुटत नाहीत. तो सवयींचा इतका गुलाम बनतो, की त्यांच्याविना तो राहूच शकत नाही. त्यावेळी त्याला समजतं, की तो तुलनात्मक मनाच्या जाळ्यात अडकून पडलाय.

आपल्या अज्ञानाचं ज्ञान होणं, ही ज्ञानप्राप्तीची पहिली पायरी आहे. गोष्टीत म्हाताऱ्यानं सिंदबादला फार त्रास दिला, वेदना दिल्या. त्यामुळे त्याच्यापासून सुटका करून घेण्याचा विचार सिंदबादच्या मनात तीव्रतेनं येऊ लागला. म्हणून

त्याच्यासमोर आपोआप पर्याय उभा राहिला. याच तऱ्हेनं, मायारूपी या जगात जेव्हा ठेचा खाऊन, संकटांशी सामना करून सत्य जाणून घेण्याची तृष्णा मनुष्यात जागृत होते, तेव्हा ज्ञानरूपी जल स्वतःहून त्याच्यासमोर येतं. गोष्टीत सिंदबादनं दारूचा वापर केला. म्हणजेच, **शोधक जेव्हा सत्यश्रवणाचं सेवन करू लागतो, तेव्हा हळूहळू त्याला स्वतःच्याच मनाविषयी स्पष्टता येऊ लागते. मन कसं काम करतं, हे समजू लागतं आणि जसजसा शोधक ज्ञानरूपी जल प्राशन करू लागतो, तसतशी त्याच्या मानगुटीवरची विचारांची पकड ढिली पडू लागते. मग त्याला काहीच करावं लागत नाही; एके दिवशी तुलनात्मक मन स्वतःहूनच गळून पडतं आणि मनुष्याला मोक्षप्राप्ती होते.**

पाचव्या सफरीत सिंदबादनं आंतरिक विवादापासूनही सुटका मिळवली. प्रत्येक वेळी, प्रवासात घोर संकटं आली, की सिंदबाद नेहमी स्वतःला दूषणं देऊ लागे. एवढं आरामाचं जीवन सोडून मी अशा दुर्गम प्रवासांना का निघतो? इतके धोके पत्करण्याची काय आवश्यकता आहे? वृद्धानं पीडा दिल्यावरदेखील त्याच्या मनात हेच द्वन्द्व सुरू झालं. मग त्यानं आनंदतक्त्याचं ध्यान केलं. म्हणजे, तो जेव्हा संकटांतून बाहेर पडत असे, तेव्हा त्याला किती आनंद होत होता. यावर लक्ष केंद्रित करत असे. **आनंदावर लक्ष केंद्रित केल्यामुळे सिंदबाद आपल्या मनाला आंतरिक संघर्षापासून मुक्त ठेवू शकला आणि अशा अवघड सफरी करू शकला.**

सिंदबादच्या आतापर्यंतच्या सफरींत तुम्ही पाहिलंत, की प्रत्येक प्रवासात असंख्य अडथळे येऊनही अखेरीस त्याला आपल्या मायदेशी परतण्यासाठी जहाज मिळतच गेलं. प्रत्येक अडचणीवर मात करून तो सुखरूप घरी परतला. **धाडस, धैर्य आणि शोधक वृत्ती घेऊन प्रवास केला, तर अवघं विश्व तुमच्या मदतीसाठी सज्ज असतं. चला तर मग सत्यशोधाची ही भावना मनात ठेवूया! मग ध्येय दूर नव्हे, तर फार जवळ आलेलं आढळेल आणि क्षितिजही!**

प्रकरण ३

कूटलेखन आणि विवादापासून मुक्तीचे उपाय

रंगतक्त्याचं ध्यान

तुमच्या पाचव्या साहसयात्रेत कूटलेखन व विवाद या दोहोंपासून मुक्ती तुमची प्रतीक्षा करत आहेत. चला, कूटलेखन म्हणजे काय, ते जाणून घेऊया.

आपल्या मेंदूत बालपणापासूनच काही गोष्टी रेकॉर्ड झालेल्या आहेत, एनकोड केलेल्या आहेत. कुठल्याही वस्तू, व्यक्ती वा परिस्थितीच्या बाबतीत मेंदूत जसं कोडिंग केलं गेलंय, त्यानुसारच आपलं वर्तन घडतं अथवा विचार येतात. कोडिंग चुकीचं असेल, तर मनुष्याला विचारही अयोग्य येतात. त्या एनकोडिंगनुसार मनुष्याचा जीवनविषयक दृष्टिकोन ठरतो. याला मराठीत कूटलेखन म्हणतात. या कूटलेखनापासून मुक्ती मिळताच मनुष्याला स्वतःमध्ये परिवर्तन जाणवतं. त्याच्या विचारांची कक्षा अमर्याद होते आणि प्रत्येक क्षेत्रात त्याला अभूतपूर्व परिणाम दिसू

लागतात. वर म्हटल्याप्रमाणे, मेंदूत अगोदरच एक मार्ग बनलेला असतो. अशा वेळी, एक नवीन प्रतीक घेऊन तुम्ही त्यावर ध्यान करू लागाल, तर तुम्हाला आढळेल, की तुमच्या मेंदूची फ्रेम बदलली आहे, म्हणजेच, तुमचे विचार बदलले आहेत. अशा वेळी, **तुमच्या धारणेप्रमाणे तुमचं जग बनतं. पूर्वी दुःख देणारं दृश्य आता आनंदाचं कारण बनतं.** म्हणून प्रथम तुम्हाला तुमची धारणा जाणून घ्यावी लागेल. बदलायला हवं, असं तुमच्या विचारांच्या गाभ्यात काय आहे, हे शोधावं लागेल. चला, एका उदाहरणातून हे समजावून घेऊया.

एका मनुष्याला दोन मुलं होती. 'दुधाच्या पावडरीनं बनलेलं दूध आवडत नाही; आम्ही ते पिणार नाही.' असं ते नेहमी म्हणत.

एके दिवशी वडिलांनी त्यांना समजावलं, 'मुलांनो, तुम्ही हे दूध पिऊन तर पाहा; साध्या दुधात अन् या दुधात विशेष फरक नाहीये.'

पण मुलं त्यांच्या हट्टावर अडूनच बसले. मग वडिलांनी एक प्रयोग केला – एके दिवशी दोन प्याल्यांमध्ये दूध ओतून, त्यांनी दोन्ही मुलांना बोलावून म्हटलं, 'मी दोन प्याले दूध आणलं आहे. एकात गायीचं दूध आहे, दुसऱ्यात पावडरीनं बनवलेलं दूध. दोन्ही पिऊन पाहा आणि मला सांगा, कुठलं गायीचं आहे अन् कुठलं पावडरीचं?'

थोरल्या मुलानं आळीपाळीनं दोन्ही प्याले चाखले, आणि सांगितलं, 'पहिल्या प्याल्यातलं दूध गायीचं आणि दुसऱ्या प्याल्यातलं पावडरीचं आहे?'

धाकट्यानंही दोन्ही प्याले चाखून त्याच्या मतास अनुमोदन दिलं.

वडिलांनी विचारलं, 'नक्की ना? उत्तर बदलायचं असेल तर सांगा.'

पण दोघांनीही उत्तर ठाम असल्याचं सांगितलं.

मग वडिलांनी हसत रहस्योद्घाटन केलं, घरातली दूधपावडर तर केव्हाच संपलीय. दोन्ही प्याल्यांमध्ये केवळ गायीचंच दूध आहे!

एका पेल्यात पावडरीचं दूध असल्याचा विचार मुलांना दिला गेलेला असल्यानं त्या विचाराच्या वशीभूत झालेल्या मुलांना एका पेल्यात पावडरीच्या दुधाची चव भासली.

पायाभूत विचाराचा परिणाम

मनुष्याच्या धारणेप्रमाणे त्याच्या मेंदूची फ्रेम घडते आणि त्याला तसेच परिणाम

मिळतात. अनेक लहानसहान प्रयोगांतून हे सिद्ध झालंय, की धारणेनुसारच परिणाम मिळतात. एकदा एका माणसाला त्याच्या खऱ्या रक्ततपासणीच्या अहवालाऐवजी एका आजारी मनुष्याचा अहवाल देण्यात आला. तो निरोगी माणूस आपल्या अहवालात शर्करेचं प्रमाण वाढलेलं पाहून घाबरून गेला. मग त्याचे विचार याच दिशेनं धावू लागले, की त्याला मधुमेह झालेला असावा. या विचारांत दोन महिने राहिल्यानंतर त्याची पुन्हा तपासणी झाली, त्यावेळी खरोखर त्याची शर्करा वाढलेली होती. तेव्हा त्याला सांगण्यात आलं, 'मागील खेपेस त्याचा तपासणी अहवाल (रिपोर्ट) बदललेला होता; खरं तर त्याच्या रक्तात शर्करा वाढलेली नव्हतीच.' हे ऐकताच त्याचे विचार बदलले आणि पुढील खेपेला त्याचे अहवाल सामान्य आले.

या उदाहरणातून तुमच्या लक्षात येईल, की **तुमचा विश्वास स्वतःहून चमत्कार घडवू शकतात**. नव्हे, ते तुमची फ्रेमच बदलून टाकतात.

म्हणूनच, तुमच्या मेंदूत झालेलं कोडिंग, कूटलेखन बदलायचं आहे. जप व ध्यान हे त्याचे मार्ग आहेत. काही गोष्टींचा आपल्याला जप करावा लागतो; त्या पुनःपुन्हा बोलाव्या लागतात. या जपातून, ध्यानातून मेंदूला नवा कोडवर्ड मिळतो. आज तुम्हाला या पुस्तकाद्वारे नवे कोडवर्डस् दिले जात आहेत. **आतापर्यंत तुम्हाला दिलेली सांकेतिक चित्रं म्हणजे कोडपिक्चर्स होती. त्यांच्यामध्ये एक सांकेतिक भाषा दडलेली असून ती ओळखून आत्मसात करा आणि चमत्कार अनुभवा.**

कूटलेखनापासून मुक्तीचा मार्ग वालुकामय आहे- पिरॅमिडकडून जाणारा वालुकामय रस्ता. वाळवंटात वाळूचे पिरॅमिड बनतात ना, ते पिरॅमिड तुम्हाला प्रार्थना व ध्यान यांचं स्मरण देतील. कूटलेखनापासून मुक्ती मिळवण्यासाठी तुम्हाला तुमच्या प्रार्थनेचं अधिक ध्यान करायचं आहे. ध्यान करायचंय जागृतीचं, गुरूंच्या शिकवणीचं.

चुकीच्या कूटलेखनापासून मुक्तीचा उपाय

कूटलेखनापासून मुक्त होऊन जीवनात आनंद भरण्यासाठी तुम्हाला सजगतेवर आणि गुरूंच्या ज्ञानावर विसंबून राहायचं आहे, गुरूंच्या शिकवणुकीची युक्ती वापरायची आहे.

काही लोक पैशालाच देव मानतात. पैसा हेच सर्वस्व असल्याची त्यांची धारणा असते. ते संपूर्णतया पैशावर विसंबून असतात. म्हणजे, पैसाच त्यांची प्रत्येक समस्या सोडवू शकेल, असं ते मानतात.

तर काही लोक पूर्णतया परिवार व नातेवाइकांवर विसंबून असतात. 'हे नातलग माझ्या सर्व अडचणी दूर करतील. त्यांनी अशी मदत केली, तर मी सुखी राहीन, अन्यथा मी दुःखी होईन,' असं त्यांना वाटतं. असे लोक स्वतःच्या सुखासाठी इतरांवर विसंबून असतात.

काही लोक औषधांना आपले रक्षणकर्ते मानतात. त्यांना वाटतं, अमुक-अमुक औषध मिळालं, तरच मी निरोगी राहीन, नाही तर आजारी पडेन. ते औषधांवर पूर्णपणे विसंबून राहतात.

काही लोक तर सुखासाठी पूर्णपणे ज्योतिषांवर विसंबून असतात. असं तुम्हाला मुळीच करायचं नाहीये. असे लोक ज्योतिषांनी सुचवलेले तोडगे वा कर्मकांड करण्यातच जीवनाचं सार्थक समजतात. त्यांच्यासाठी ज्योतिषीच सर्व काही असतात.

काही लोक सुखाची जबाबदारी वेगवेगळ्या घटकांवर विभागून टाकतात- संपत्ती, औषधी, नातलग आणि ज्योतिषी! एका मर्यादेपर्यंत तुम्ही या घटकांवर विसंबून राहू शकता. मात्र त्यापुढे तुम्हाला जागृती व ज्ञानावरच विसंबून राहावं लागेल. **सजगतेतूनच अडचणी दूर होतील, असा विश्वास जागवा.** त्याचसोबत, गुरूंच्या शिकवणीवर अंमल करा.

पैसा, औषधं, नातलगांवर विसंबून राहा, पण इतकं नव्हे, की तेच सर्वस्व बनतील. जसं, इमारतीच्या काही भागावर अधिक भार पडला तर ती इमारत ढासळू शकते, झुकू शकते. म्हणून तुम्हाला संतुलन साधायचं आहे. त्यासाठी सुखाची जबाबदारी विभागून द्या; सर्वांवर थोडा-थोडा भार टाका.

कलहापासून मुक्ती

पाचव्या सफरीत सिंदबादनं एक आणखी मुक्ती मिळवली- **कलहापासून मुक्ती.** कलहाचा अर्थ तुम्हाला माहीत आहेच. कुणाशी न कुणाशी तुमचा कलह नित्य होत असतो. कधी नातेवाइकांशी, कधी मित्रांशी, कधी बॉसशी, तर कधी सासूशी. हा झाला बाहेरचा कलह. पण तुमच्या आत चालणारा एक कलह असतो. **आंतरिक कलह म्हणजे दुःख, वेदना, अस्वीकार.**

कलहापासून सुटकेचा मार्ग आहे, 'भक्तीची युक्ती'आणि रस्ता आहे 'बर्फाळ'! भक्तिमार्गावर चालून मार्गातील बर्फ वितळवायचा आहे. जीवनयात्रेत मनुष्याला अनेक दुःखांना सामोरं जावं लागतं. ही दुःखं मनुष्याच्या मनात वेदना बनून गोठून राहतात-

त्यांना वितळवायचं आहे. लोकांशी झालेला विवाद जो साचून गोठतो, तो वितळून टाकायचा आहे, त्यांच्यासोबत सुसंवाद प्रस्थापित करायचा आहे.

आंतरिक कलहापासून मुक्त होण्यासाठी तुम्हाला रंगांचा वापर करायचा आहे. त्यासाठी प्रतीक आहे - रंगतक्ता आणि त्याच्या मधोमध आहे हार्मोनियम.

हे सांकेतिक चित्र आहे. यात विविध रंग दिसत आहेत आणि मधोमध हार्मोनियम आहे. तुम्हाला नात्यांत सुसंवाद (हार्मनी) हवी आहे ना? म्हणून हे प्रतीक आहे हार्मनीचं. तुमच्या हृदयाचा हार्मोनियम वाजो आणि हे रंग नात्यांतील विवादासोबतच तुमचा आंतरिक विवादही नष्ट करोत.

चला, या रंगतक्त्याचा एक प्रयोग करूया.

तुमच्या सर्वाधिक आवडत्या तीन रंगांविषयी विचार करा. या मनपसंत रंगांच्या खालोखाल असलेल्या आणखी तीन रंगांचा, म्हणजे पहिल्या तीन रंगांपेक्षा थोड्या कमी आवडत्या रंगांचा विचार करा. सरतेशेवटी शेवटच्या तीन रंगांचा विचार करा.

आता डोळे बंद करून हे रंग वापरायचे आहेत. जेव्हा तुमच्या शरीराला कुठली वेदना होऊ लागेल, किंवा मनात एखादी भावना उत्पन्न होईल, तेव्हा त्या वेदनेच्या जागी तुम्हाला मनःचक्षूंनी तुमचा आवडता रंग पाहायचा, कल्पायचा आहे. अशाच प्रकारे, तुमच्या मनात एखादी नकारात्मक भावना निर्माण झाली, तर या रंगांचा उपयोग करायचा आहे. कसं, ते आता जाणून घेऊया.

चला, आता कलहापासून सुटका मिळवण्यासाठी रंगतक्त्याचं ध्यान करूया.

ध्यान विधी

१. एकदा लक्षपूर्वक रंगतक्त्याचं प्रतीकचिन्ह पाहा.

२. आता तणावरहित होऊन तीनदा खोल श्वास घ्या.

३. डोळे बंद करून असं सरळ बसा, की पाठीवर फार ताण पडणार नाही.

४. आता विचार करा - शरीराच्या कोणत्या भागात तुम्हाला वेदना जाणवते? डोकंदुखी, पोटदुखी, कंबरदुखी, पाठदुखी, वा अन्य काही? यातील कुठली वेदना सर्वाधिक आहे, याचाही विचार करा.

५. आता तुमचा सर्वांत आवडता रंग जास्त पीडादायक वेदनेच्या सोबत बघा. कुठल्या वेदनेसोबत कुठला रंग हवा, ते तुम्हीच ठरवा.

६. गुडघेदुखी तुम्हाला सर्वाधिक त्रासदायक वाटत असेल, तर गुडघ्यात कळ येताच तुमचा सर्वांत आवडता रंग निवडायचा आहे. त्यानंतर, समजा, डोकंदुखीचा क्रमांक येत असेल, तर तुम्हाला दुसरा मनपसंत रंग वापरायचा आहे. अशाच प्रकारे अन्य वेदनांसोबत बाकीचे रंग मनोमन जोडायचे आहेत.

७. अगदी याच प्रकारे विचार करा, कोणत्या भावना तुम्हाला पुन:पुन्हा हैराण करतात? त्या कुठं जाणवतात? शरीराच्या कोणत्या अंगाला त्या प्रभावित करतात? छातीवर? नाभीवर? नाभीच्या वर, खाली, उजवीकडे किंवा डावीकडे? नेमक्या कुठं जाणवतात?

८. आता जी भावना तुम्हाला सर्वाधिक त्रासदायक वाटते, जाणवते, तिथं तुमचा आवडता रंग पाहा.

९. अशा प्रकारे, कमी त्रासदायक भावनांमध्ये सर्वांत कमी आवडते रंग पाहा.

१०. तुमच्या शरीरात या घडीला कुठं दुःख आहे, कुठं वेदना आहे, हे तपासा. आता तिथं तुम्ही ठरवलेले रंग पाहा. त्या रंगात वेदना विरघळून जातेय, हळूहळू विलीन होतेय, अशी कल्पना करा.

११. आता सावकाश डोळे उघडा.

तुम्हाला स्वतःचे असे नवे प्रोग्रामिंग करून घ्यायचे आहे. पुस्तक पूर्ण वाचून झाल्यावर हवं तर तुम्ही रंग व वेदनांविषयी तपशीलवार निर्णय घेऊ शकता.

डिप्रेशनचे बळी ठरलेल्या लोकांसाठी तर हा रामबाण उपाय आहे. हे नवे प्रोग्रामिंग तुम्हाला वेदनेपासून मुक्त होण्यास मदत करेल. ही साधनं पृथ्वीवर उत्तम जीवन जगण्यासाठी तुमच्या शरीराला प्रशिक्षण देतात.

आता तुम्ही बर्फाळ रस्ता पार केलेला आहे आणि कलहापासून मुक्त होणार आहात. लोकांना पाहून तुम्हाला त्रास होत असेल, तर प्रत्येकाचा प्रवास निराळा असतो, हे सदैव लक्षात ठेवा. आईवडिलांना याचं वैषम्य असतं, की त्यांची मुलं अनेकदा सांगूनही सुधारत नाहीत. पण एक गोष्ट लक्षात ठेवा, प्रत्येकाचा प्रवास निराळा, मार्ग निराळा, वाट निराळी असते. प्रत्येकाला त्याचे सार्थक धडे स्वतःच शिकावे लागतात,

त्याला ते शिकू द्या. हे लक्षात घेऊनच तुम्ही निश्‍चित राहू शकाल, अन्यथा तुमचा मार्ग खडतर होऊ लागतो. अशा प्रकारे, कलहापासून मुक्त होऊन, हार्मोनियमकडून वाजणं शिकायचं आहे.

अनेकदा लोकांना वाटतं, की 'वाजवणं' शिकायचं आहे. पण **तुम्हाला वाजवणं नव्हे, तर वाजणं शिकायचं आहे**. ईश्‍वर वाजवतो, आपण वाजतो. हा नवा विचार आहे. हार्मोनियम वाजवताना तुम्ही बोट खाली करता, तेव्हा तुम्हाला वाटतं, तुम्ही बोट खाली केलंय. पण बोटाच्या बाहेरून पाहिल्यास काय दिसेल? बाहेरून दबाव आला, बोट खाली झालं आणि हार्मोनियमची कळ दाबली गेली. तुमचे हात हार्मोनियमवर फिरतात, तेव्हा तुमचं लक्ष मी वाजवतो आहे याकडे असतं. आता तुम्हाला कोणतं ध्यान करायचं आहे? 'मी वाजवला जातोय, मी वाजवला जातोय.'

म्हणजेच, जीवनाचं हार्मोनियम वाजवायला शिकायचं नाहीये, तर वाजायला शिकायचं आहे!

खंड - ६

प्रथमदर्शनी पडणारा प्रभाव आणि निर्बलतेपासून मुक्ती

ऊर्जेशी युक्ती

प्रकरण १

सिंदबादची सहावी सागरी सफर

सिंदबाद आपल्या सहाव्या साहसयात्रेची गोष्ट सुरू करताना हिंदबाद व अन्य लोकांना सांगू लागला— "तुम्हाला कल्पना आलीच असेल, की आतापर्यंतच्या प्रवासांत माझ्यावर कोणकोणती संकटं कोसळली आणि त्याचबरोबर मला किती संपत्ती मिळाली. पण संकटं असो की संपत्ती, दोन्हीही मला धोके पत्करण्यापासून रोखू शकले नाहीत. एका वर्षानंतर माझ्यावर पुन्हा प्रवासाचं भूत स्वार झालं.

"एके दिवशी काही व्यापाऱ्यांसोबत मी पुन्हा प्रवासाला निघालो. यावेळी बसराहून व्यापारासाठी आवश्यक अशा गोष्टी घेऊन मी जहाजावर चढलो. कप्तानाची योजना तर दूरच्या प्रवासाची होती, पण काही काळानंतर तो रस्ता चुकला. तो प्रवासपुस्तक आणि नकाशे चाळत असे, त्यावरून आम्ही नेमकं कुठं होतो,

हे समजू शकत होतं. एकदा पुस्तक वाचून तो अचानक ओक्साबोक्शी रडू-ओरडू लागला. त्यानं त्याची पगडी काढून फेकून दिली आणि तो स्वतःचे केस ओढू लागला.

"आम्ही विचारलं, 'अरे, तुला झालंय तरी काय?'

"काही वेळानं तो उत्तरला, 'एक सागरप्रवाह आपल्याला वाहून नेतोय आणि तो आपल्याला अशा किनाऱ्यावर आपटेल, की आपलं जहाज फुटून जाईल आणि मग आपण सगळे त्या किनाऱ्यावरच मरून जाऊ.'

"असं म्हणून त्यानं जहाजाची शिडं उतरवली, पण त्यानं काहीही साध्य झालं नाही. प्रवाहाच्या वेगामुळे आमचं जहाज उसळून पर्वतावर आपटलं आणि काचेसारखं फुटलं. हे किनाऱ्यावरच घडल्यामुळे आम्ही अन्न व इतर सामान किनाऱ्यावर आणू शकलो.

"कप्तान म्हणाला, 'दैवापुढं कुणाचं चाललंय? आता आपण एकमेकांना शेवटचं आलिंगन देऊया आणि आपापली कबर खोदून घेऊया, कारण इथून आजवर कुणीच जिवंत परतलेलं नाही.'

"हे ऐकून आम्ही सगळे एकमेकांच्या गळ्यात पडून रडू लागलो. किनाऱ्यावर दूर-दूरपर्यंत अनेक जहाजांचे तुकडे आणि मानवी अस्थिपंजर पसरलेले आम्हाला दिसले. हजारो प्रवासी तिथं मेले असावेत, असं दिसत होतं. चोहीकडे त्यांचा व्यापारी माल विखुरलेला होता.

"त्या पर्वतावर स्फटिक व लाखेच्या खाणी होत्या. शेजारीच अनेक नद्या एकत्र येऊन त्या एका गुहेत प्रवेश करत होत्या. त्या पर्वतावरून राळ टपकून समुद्रात पडत होती आणि ती खाऊन मासे काही वेळानं पुन्हा उलटून टाकत. मग त्यांचं अभ्रक बनत होतं. त्या अभ्रकाचे ढिगारेही तिथं होते. त्यामुळेच समुद्रात सागरप्रवाहापासून वाचणं अशक्य झालं होतं. जहाजांना उलट दिशेनं घेऊन जाणारा वारा पर्वताच्या उंचीमुळे तिथंच अडवला जात होता. तो पर्वत इतका उंच होता, की त्यावर चढून दुसऱ्या बाजूला उतरणंही अशक्य होतं.

"आम्ही सगळे आमच्या दुर्दैवाचा शोक करत मृत्यूची वाट पाहत होतो. जहाजावरून आणलेलं अन्न आम्ही समसमान वाटून घेतलं. आमच्यातील कुणाचा मृत्यू झाला तर आम्ही बाकी लोक कबर खोदून त्याला तिच्यात दफन करत असू. मीच सर्वाधिक प्रेतं पुरत असे आणि त्यांचं उरलेलं अन्न घेत असे. अशा प्रकारे माझ्याकडे

भरपूर अन्न जमा झालं. हळूहळू माझे सगळे सोबती मरण पावले. मी एकटा उरल्यानं अधिकच दुःखी झालो. मीदेखील माझी कबर खोदून ठेवली, म्हणजे मरायला टेकलो, की त्यात जाऊन पडता आलं असतं.

"ईश्वराच्या कृपेनं, एका रात्री अचानक माझ्या मनात एक विचार आला. लहान-लहान नद्या मिळून एका मोठ्या नदीच्या रूपात जेव्हा गुहेत निरंतर वाहत राहतात, तेव्हा गुहेनंतर त्या कुठंतरी निघतदेखील असतीलच की! म्हणून मला वाटलं, नदीचा हा प्रवाहच मला इथून तारून नेईल. पण या नदीतून एखाद्या देशात निघण्यासाठी काय उपाय करता येईल बरं? किनाऱ्यावर कित्येक जहाज फुटून पडलेले होते. मी त्यांची फळकुटं जोडून एक नौका बनवली आणि विचार केला, या किनाऱ्यावर मृत्यू तर निश्चितच आहे. नदीत उतरलो, तरी जास्तीत जास्त काय होईल, मृत्यूच येईल, पण कदाचित जीव वाचण्याची एक शक्यता तर शिल्लक आहे!

"जीव वाचण्याच्या आशेनं अन्नाबरोबरच तिथं पडलेली अगणित रत्नं आणि मृत प्रवाशांच्या विखुरलेल्या सामानातील मौल्यवान वस्तूंतून निवडून मी काही गोष्टी सोबत घेतल्या आणि त्यांची अनेक गाठोडी बांधली. नौका नदीकिनारी आणून मी तिच्या दोन्ही बाजूंना गाठोडी ठेवली, म्हणजे नौका फार हलकीही होणार नाही, शिवाय संतुलितदेखील राहील. मग मी वल्ही सांभाळली आणि ईश्वराचं नाव घेऊन नौका नदीत सोडली.

"नौका गुहेत शिरली, ती घोर अंधारातच. काळोखामुळे मला काहीच दिसत नव्हतं. मी कधी नौका प्रवाहात मुक्त सोडून आराम करत असे, तर कधी डुलकी घेत असे. काही काही ठिकाणी गुहेचं छत इतकं खाली असे, की ते माझ्या डोक्याला लागत असे. माझ्याजवळ असलेलं अन्न मी थोडं-थोडं करून पुरवून खात होतो, जेणेकरून जास्त काळ मी जिवंत राहू शकलो असतो. काही काळानं झोप माझ्यावर इतकी स्वार झाली, की मला झोप लागली आणि कित्येक तास मी झोपून राहिलो. जागा झाल्यावर दिसलं, की माझी नौका उघड्यावर, एका शहराजवळ नदीकिनारी बांधलेली होती. माझ्या सभोवताली सावळ्या रंगाचे अनेक लोक जमा झालेले मला दिसले. त्यांना नमस्कार करून मी त्यांची ख्यालीखुशाली विचारली.

"ते उत्तरादाखल काहीतरी म्हणाले, परंतु मला ते अजिबात समजलं नाही.

"असो, माणसांत येऊन मला अत्यानंद झाला आणि मी मोठ्यानं, अरबी भाषेत ईश्वराचे आभार मानले आणि म्हणालो, 'ईश्वर प्रत्येक क्षणी माणसाला मदत करत

असतो. म्हणून त्याने निराश होता कामा नये. डोळे बंद करून स्वतःला ईश्वराच्या हाती सोपवून देणंच बरं!

"त्या लोकांपैकी एकाला अरबी भाषा येत होती. माझं बोलणं ऐकून तो माझ्याजवळ आला आणि म्हणाला, 'आम्हाला पाहून चिंतित होऊ नकोस. आम्ही इथलेच रहिवासी आहोत. आम्ही नदीचं पाणी आमच्या शेतांना द्यायला इथं येत असतो. आज नदीत पाणी कमी येत होतं, जणू एखाद्या गोष्टीनं पाण्याचा प्रवाह अडवलेला असावा. पुढं जाऊन पाहिलं, तर एका वळणावर तुझी नौका तिरपी होऊन अडकून पडली होती, म्हणून पाणी येणं कमी झालं होतं. आमच्यापैकी एक जण पोहत गेला आणि तुझी नौका सरळ करून प्रवाहात सोडून आला. मग आम्ही तुझी नौका इथं बांधून ठेवली. आता सांग, तू कोण आहेस आणि कोठून आलास?'

"मी त्याला म्हटलं, 'माझा तर भुकेनं जीव व्याकूळ झालाय, अगोदर काहीतरी खायला द्या, मग काही सांगू शकेन.'

"त्या लोकांनी विविध प्रकारचे खाद्यपदार्थ दिले. मग मी सुरुवातीपासून शेवटपर्यंत सगळी कहाणी सांगितली. ती ऐकून सर्वांना फार आश्चर्य वाटलं.

"ते म्हणाले, 'आमच्या राजाला भेट.'

"मी म्हणालो, 'मी तयार आहे.'

"ते लोक माझी गाठोडी उचलून मला त्यांच्यासोबत घेऊन गेले. ते स्थळ म्हणजे सरान (श्रीलंका) द्वीप होतं. मी राजदरबारात प्रवेश केला आणि सिंहासनावर बसलेल्या राजाला पाहून हिंदूंच्या प्रथेनुसार त्यांना नमस्कार करून सिंहासनाचं चुंबन घेतलं.

"राजानं विचारलं, 'तू कोण आहेस?'

"मी म्हटलं, 'माझं नाव दर्यावर्दी सिंदबाद असून मी बगदादचा रहिवासी आहे.'

"मी त्यांना माझ्या प्रवासाची पूर्ण हकीगत सांगितली. ती ऐकून त्यांना फार आश्चर्य वाटलं. त्यांनी आज्ञा दिली, की 'सिंदबादची ही सगळी हकीगत लिहून काढली जावी, इतकंच नव्हे, तर ती सुवर्णाक्षरांनी लिहिली जावी, म्हणजे त्यांच्या ऐतिहासिक व ज्ञानवर्धक ग्रंथभांडारात तिचा समावेश होऊ शकेल.'

"राजानं आज्ञा दिली, 'या माणसाची त्याच्या सामानसुमानासह एका चांगल्या

घरात व्यवस्था करा, त्याच्या सेवेसाठी दास ठेवा आणि त्याच्या सर्व सोयीसुविधांकडे लक्ष पुरवा.'

"सेवकांनी तसंच केलं आणि ते मला एका शानदार घरात घेऊन गेले. मी रोज राजदरबारी जात असे आणि तिथून सुटल्यावर इतरत्र फिरून राज्यातील प्रेक्षणीय स्थळं पाहत असे.

"भरपूर हिंडून-फिरून, सगळं राज्य पाहून झाल्यावर मी राजाला निवेदन केलं, 'मला आता माझ्या देशी परतण्याची अनुमती द्यावी.'

"त्यावर त्यांनी मला केवळ अनुमतीच दिली नाही, तर अनेक मौल्यवान वस्तूही बक्षीस म्हणून दिल्या. त्याचबरोबर, खलिफा हारून-अल-रशीदना देण्यासाठी त्यांच्या नावानं एक पत्र आणि अनेक भेटवस्तूही दिल्या. मी मान लावून त्यांचा स्वीकार केला. राजानं माझ्या प्रवासासाठी एका मजबूत जहाजाची व्यवस्था केली आणि कप्तान व खलाशांना सूचना दिली, की सिंदबादला मोठ्या सन्मानानं त्याच्या देशात पोहोचवण्यात यावं. शिवाय प्रवासात त्याची कुठल्याही प्रकारची गैरसोय होता कामा नये.

"सरान द्वीपाच्या राजानं खलिफाच्या नावे दिलेल्या पत्रात पुढीलप्रमाणे लिहिलेलं होतं, 'हे पत्र सरान द्वीपाच्या राजाकडून पाठवलं जात आहे. या राजाच्या स्वारीच्या पुढे एक हजार सुशोभित हत्ती चालत असतात. त्यांचा राजमहाल इतका भव्य आहे, की त्याच्या छतामध्ये एक लाख मौल्यवान रत्नं जडवलेली आहेत आणि खजिन्यात अन्य वस्तूंच्या व्यतिरिक्त वीस हजार हिरे जडवलेले मुकुट ठेवलेले आहेत. सरान द्वीपाचा राजा, खलिफा हारून-अल-रशीदना यासोबतच्या भेटवस्तू यासाठी पाठवत आहे, की त्याद्वारे राजा व खलिफा यांच्या दरम्यान दृढ मैत्रीसंबंध प्रस्थापित व्हावेत. मी, सरान द्वीपाचा राजा, खलिफासाठी सुख-संपन्नतेची कामना करतो.'

"आमचं जहाज काही काळाच्या प्रवासानंतर बसरा बंदरावर सुखरूप पोहोचलं. मी माझा सारा माल, खलिफासाठीचं पत्र आणि भेटवस्तू घेऊन बगदादला आलो आणि खलिफाच्या राजमहाली दाखल झालो. मी आल्याचा निरोप मिळताच खलिफानं त्वरित मला बोलावून घेतलं. त्याचे सेवक मला माझ्या सगळ्या सामानासह खलिफाकडे घेऊन गेले. मी जमिनीचं चुंबन घेऊन खलिफास पत्र दिलं. त्यानं पत्र पूर्ण वाचून मग मला विचारलं, 'तू तर सरान द्वीपाच्या राजाला पाहिलेलं आहेस. या पत्रात लिहिलंय, तितका तो खरोखर वैभवशाली आहे का?'

‘‘मी म्हणालो, जसं लिहिलंय, तसं खरोखर आहे. पत्रात त्यानं अजिबात अतिशयोक्ती केलेली नाही. मी त्याचं ऐश्वर्य व प्रताप स्वतः पाहिलंय. त्याच्या राजमहालाचं वैभव शब्दांत वर्णिता येणार नाही. हा राजा इतका न्यायप्रिय आहे, की त्याच्या राज्यात ना कुणी न्यायाधीश आहे ना कुणी कोतवाल. त्याची प्रजा इतकी सुजाण आहे, की कुणी कुणावर अन्याय करत नाही, किंवा कुणाला दुःखही देत नाही. सगळे लोक चांगले मिळून-मिसळून राहत असल्यानं कायदा-सुव्यवस्थेवर इतर कुणाचं नियंत्रण असायची गरजच भासत नाही. म्हणून सरान राज्यात कोतवाल, न्यायाधीश वगैरे कुणी नाही.’

‘‘हे ऐकून खलिफा म्हणाले, ‘तुझ्या बोलण्यातून आणि या पत्रातून दिसून येतंय, की तो राजा फार सुजाण व चतुर आहे. म्हणून पोलिस वगैरेंची गरज भासत नाही. इतकी उत्तम व्यवस्था तो ठेवू शकतो.’

‘‘असं म्हणून खलिफानं मला मानमरातब देऊन निरोप दिला.’’

गोष्ट संपवून सिंदबाद सर्वांना म्हणाला, ‘‘आज इथंच थांबूया. तुम्ही उद्या पुन्हा याल, तेव्हा माझ्या सातव्या व अंतिम सफरीबद्दल मी सांगेन.’’

असं म्हणून त्याने हिंदबादला चारशे दिनार भेट दिले.

प्रकरण २

तुमची सहावी साहसयात्रा

आशेचा दिवा

सहाव्या साहसयात्रेत सिंदबादनं प्रथमदर्शनाचा प्रभाव व शक्तिहीनतेपासून मुक्ती मिळवली. सिंदबादनं आपल्या प्रत्येक सफरीत काहीतरी शिकून घेतलं. सिंदबादची गोष्ट वाचताना स्वतःकडे पाहा. मनन करा, की तुमच्या आंतरिक प्रवासात कोणकोणत्या सवयींना तुम्ही अद्याप सामोरं गेलेला नाहीत? म्हणजे, कोणत्या सवयींपासून किंवा घटनांपासून अद्याप तुम्ही काहीही शिकलेलं नाही? शक्तिहीन असल्यासारखं तुम्हाला केव्हा वाटतं? आणि ही शक्ती येते तरी कोठून?

चला, सहाव्या सफरीच्या गोष्टीचा सखोल अर्थ समजून घेऊया.

गोष्टीत जहाजाच्या कप्तानाला नकाशावरून समजलं, की ते मार्ग भरकटले आहेत आणि अशा एका बेटाकडे जात आहेत, जिथून अद्याप कुणीही जिवंत

परतलेलं नाही, म्हणून सर्वांचं मरण निश्चित आहे. पण, **या परिवर्तनशील पृथ्वीवर काहीही अशक्य नाही, यावर त्याचा विश्वास नव्हता.** जहाजाच्या कप्तानानं वाचण्याची आशा पूर्णपणे सोडली होती. त्याचा परिणाम त्याच्या सोबत्यांवरही झाला. त्यांच्या जगण्याच्या उमेदीवरदेखील पाणी पडलं. म्हणून मग आपापल्या धारणेनुसार एक-एक करत सर्व सोबती मरण पावले. परंतु, एका लहानशा विचारानं सिंदबादच्या मनात आशेचा एक किरण जागला. त्यानं विचार केला, **'किनाऱ्यावर राहून मरण तर निश्चित आहेच, पण जर प्रयत्न करून पाहिला, तर आशा जिवंत राहील आणि कदाचित जीवही वाचेल.'**

त्या बेटावर अनेक छोट्या-छोट्या नद्या एकत्र येऊन एका मोठ्या नदीच्या रूपानं एका गुहेतून जात असल्याचं त्याला दिसलं. त्यानं विचार केला, या नद्या कुठं ना कुठं निघत तर असतीलच ना! जीव वाचवण्यासाठी इतका धोका तर पत्करावा लागेलच! म्हणून त्यानं फळ्या जमा करून एक नौका बनवली आणि नदीच्या प्रवाहात उतरवली. अखेरीस, असंख्य अडचणींवर मात करून त्याची नौका एका शहराच्या किनाऱ्यावर लागली.

चला, आंतरिक जगात विचारांची नदी कुठं येऊन पोचते, ते पाहूया. **मनुष्य नकारात्मक विचारांच्या भोवऱ्यात असा अडकतो, की त्यातून बाहेर पडणं अशक्यप्राय होतं. पण एक धागा पकडून, स्वचौकशी करत दुसऱ्या धाग्यावर, मग तिसऱ्या धाग्यावर, अशा प्रकारे जात राहिला, तर तो शहरापर्यंत (उगमापर्यंत) नक्की पोहोचू शकेल.**

सिंदबाद मृत्यूला घाबरला असता, तर या धाडसी सफरी तो कदापि करू शकला नसता. मनाच्या अज्ञानापासून स्व-ज्ञानाची स्थिती प्राप्त करण्याच्या प्रवासात मनुष्यालाही 'भय' या भावनेपासून मुक्त होणं आवश्यक असतं. अन्यथा त्याचा प्रवास मध्येच थांबतो. भयापासून मुक्त होऊन मनुष्यानं आपल्या वृत्तींचं अवलोकन केलं, तर त्यातून बाहेर पडणं कदाचित शक्य होऊ शकेल. सिंदबादप्रमाणे तुम्हालाही मनाच्या मृत्यूला न घाबरता सत्-मार्गावर पुढं चालत राहायचं आहे.

ज्याप्रमाणे सिंदबादनं बेटावर पडलेल्या अगणित रत्नांतून आणि मृत प्रवाशांच्या विखुरलेल्या मौल्यवान सामानातून निवडून-निवडून वस्तू गोळा केल्या, त्याचप्रमाणे तन, मन, बुद्धीच्या पल्याडच्या प्रवासात आपल्याला चांगल्या सवयी निवडून सोबत घ्यायच्या आहेत, म्हणजे त्या आपल्याला पुढं जाण्यासाठी उपयुक्त ठरतील.

गोष्टीत सिंदबादनं नौका संतुलित करण्यासाठी नौकेच्या दोन्ही बाजूंना गाठोडी ठेवली, म्हणजे नौकेच्या एकाच बाजूला जास्त वजन होणार नाही. याचप्रकारे, स्वतःला संतुलित ठेवण्यासाठी तुमच्या जीवनरूपी नौकेत काही चांगल्या, तर काही वाईट सवयी ठेवल्या गेलेल्या आहेत. म्हणून वाईट सवयींमुळे दुःखी होऊ नका. जेव्हा सुखाचा अतिरेक होतो, तेव्हा दुःखाचाही अतिरेक होतो, कारण दुःखाचा उगम सुखातूनच होतो. सुख असेल, तर दुःखही येणारच. हे समजल्यानंतर मनुष्य सुख-दुःखात समान भावनेनं राहायला शिकतो.

गोष्टीत नगराचे रहिवासी त्यांच्या शेतांना पाणी देण्यासाठी नदीवर येतात. नदीत पाणी कमी येत होतं, कारण पाण्याचा प्रवाह कशामुळे तरी अडलेला होता. त्यांनी पुढं जाऊन पाहिलं, तर एका वळणावर सिंदबादची नौका तिरपी होऊन अडकल्याचं त्यांना दिसलं. त्यामुळेच पाणी अडलेलं होतं. त्यांच्यापैकी एक जण पोहत नौकेकडे गेला आणि ती सरळ करून पुन्हा प्रवाहात सोडून आला. मग नदीत भरपूर पाणी येऊ लागलं. तुम्हालाही शोधायचं आहे, की **तुमच्या आनंदरूपी नदीत मनोवृत्तीची कोणती नौका अडकलेली आहे, ज्यामुळे आनंदरूपी पाणी थांबलेलं आहे? ते तुम्हाला शोधून काढायचं आहे. दुःखाचं कारण एकदा समजलं, की त्यापासून तुम्ही आपोआप विलग व्हाल आणि पुन्हा आनंदाचा प्रवाह वाहू लागेल.**

सिंदबाद जीवनात येणाऱ्या घटनांना निर्भयतेनं सामोरा गेला. कारण त्यानं नेहमीच प्रथमदर्शनी घटनांना गुरू मानलं. म्हणून तो एकानंतर एक इतक्या संकटांनी भरलेल्या सफरी करत गेला. प्रत्येक अडचणीतून तो काहीतरी शिकत गेला. अडचणींना सामोरं जाण्याची त्याची जिद्द त्याला काहीतरी शिकवत गेली.

सिंदबादनं प्रवासात येणाऱ्या कठीण प्रसंगांना भय वा निराशेशी कधीही जोडलं नाही. त्याच्या मनाचे प्रोग्रामिंग चुकले नाही, उलट तो धीरानं त्या धोक्यांना सामोरा गेला. परिणामी, अडचणी स्वीकारणं व धोके पत्करणं, या दोन गोष्टी अशा प्रकारे एकत्र आल्याने सिंदबादला सात सफरी पूर्ण करता आल्या.

तुम्हालाही तुमच्यामध्ये असेच प्रोग्रामिंग करायचे आहे. **अडचणी व आव्हानं यांना आपसांत जोडायचं आहे. त्यामुळे तुम्ही प्रथमदर्शनाच्या प्रभावातून मुक्त होऊ शकाल. अडचणींवर प्रश्न उपस्थित करूनही त्यांच्या प्रभावातून मुक्त होता येतं.** योग्य प्रश्न विचारण्याची सवय लागली, की आव्हानांचं प्रथम दर्शनच तुमचा गुरू बनू शकतं. तेच तुम्हाला सार्थक शिकवण देऊ शकतं. अन्यथा, जीवनात एकसारख्याच

घटना पुनःपुन्हा घडत राहतात. मात्र हे लक्षात न आल्याने मनुष्य त्यांच्यापासून काहीच शिकत नाही.

सहाव्या सागरी सफरीत सिंदबाद शक्तिहीनतेपासून मुक्त झाला. त्यानं नेहमी सहाव्या बाजूला जाऊन निर्णय घेतले. तो भीतीला कधीच घाबरला नाही.

सरान द्वीपाच्या राजानं सिंदबादच्या धाडसावर खूश होऊन त्याला सगळ्या सुखसुविधा देऊ केल्या. सिंदबादनं काही काळ त्या सुखाचा उपभोग घेतला, पण तो आपलं ध्येय, घर विसरला नाही आणि त्याने घरी परतण्याची अनुमती राजाकडे मागितली. या पृथ्वीवर मायेचे अनेक भुलावे असतात, तरीही तुम्ही तुमचं लक्ष्य विसरू नका. सुखसोयींचा उपभोग घेतानाही त्यांचे गुलाम बनू नका, उलट स्वतःला प्रश्न विचारून त्यांना गुरू बनवा.

प्रकरण ३

प्रथमदर्शनी प्रभावातून मुक्ती

प्रथम सामना - गुरूच्या समान

सत्-मार्गावर चालताना सहाव्या आंतरिक साहसयात्रेत तुम्हाला दोन प्रकारच्या मुक्तींवर काम करायचं आहे. पहिली मुक्ती आहे- प्रथमदर्शनी चुकीच्या प्रभावापासून मुक्ती आणि दुसरी मुक्ती आहे- शक्तिहीनतेपासून मुक्ती. चला, आता हे सविस्तर समजावून घेऊया.

मनुष्याच्या जीवनकाळात विविध प्रकारच्या घटना घडत असतात, त्यांतून त्याला कधी आनंद, तर कधी दुःख मिळतं. एखादी घटना प्रथम घडते, तेव्हा तिला प्रथम सामना म्हणतात. म्हणजे, **जेव्हा प्रथम कुणी तुम्हाला चिडवतं, जेव्हा प्रथम तुम्हाला राग येतो, जेव्हा प्रथम तुमचा अपमान होतो, जेव्हा प्रथम तुम्ही आजारी पडता किंवा जेव्हा प्रथम एखादा अपघात होतो, तेव्हा त्याला प्रथम सामना म्हणतात.** हा प्रत्येक प्रथम सामना

तुम्हाला काहीतरी मनोभाव देऊन जातो. त्यातून तुम्ही त्या घटनेवर चांगल्या-वाइटाचं लेबल लावता. खरंतर हा प्रथम सामनाच तुमचा गुरू आहे. मात्र हा गुरू प्रत्येकाकडे आहे, हेच मनुष्याला माहीत नसतं.

हे प्रथमदर्शन कसं पाहायचं, याचं बालपणापासून प्रत्येकाला प्रशिक्षण मिळणं अत्यावश्यक आहे, अन्यथा मुलं चुकीच्या प्रोग्रामिंगला बळी पडतात. **एखाद्या घटनेमुळे एखादी भावना मनात येते, तेव्हा ती घटना आणि ती भावना आपसांत लिंक होतात. मग पुढे जीवनभर त्या घटनेची व भावनेची जोडी सोबत चालत राहते. सिंदबादनं पहिल्या साहसयात्रेलाच आपलं गुरू मानलं होतं.** त्या सफरीत त्यानं मनातून भय काढून टाकलं. म्हणून हे प्रशिक्षण मुलांना शाळेतच मिळायला हवं. प्रथम सामन्यातून तुम्हाला काहीतरी शिकायचं आहे. त्यासाठी बालपणापासूनच मननाची सवय लावून घ्यायला हवी. खालील उदाहरणातून ही गोष्ट स्पष्टपणे समजेल.

> मिस्टर लिटल एक्स यानं आयुष्यात प्रथम एक भयकारी चित्रपट पाहिला. चित्रपटात एका गावात एक जुना वाडा दाखवलेला होता आणि तिथं जाण्याची लोकांना भीती वाटत असे. त्या वाड्यात भुतं राहतात, अशी धारणा होती. चित्रपटाचा नायक शहरातून आलेला असल्याने तो फार धाडसी असतो. वाड्याचं रहस्य जाणून घेण्यासाठी तो रोज वाड्यात चकरा मारत असतो. आता कधी दिवसा, कधी रात्री, कधी वाड्याच्या समोरून तर कधी वाड्याच्या पाठीमागून त्या वाड्यात शिरून तो सत्य शोधून काढण्याचा प्रयत्न करत राहतो. चित्रपटात अधूनमधून इतकी भयकारी दृश्यं होती, की अंगावर काटा येत होता. चित्रपटाच्या शेवटी नायकाला वाड्याचं रहस्य समजतं. वाड्यात भुतांचा नव्हे, तर लोभी, लालची व स्वार्थी लोकांचा वावर होता. मुद्दामच, कटकारस्थान करून, त्यांनी लोकांमध्ये ही भीती पसरवलेली असते, ज्यायोगे त्या लोभी लोकांना आपली स्वार्थी कामं करता यावीत. चित्रपटाच्या नायकानं योग्य तो तपास करून हे षड्यंत्र उघडं पाडलं आणि भुताच्या वाड्याचं रहस्य उलगडून दाखवलं. अगदी असंच, तुम्हालाही मायेचं षड्यंत्र उघडं पाडायचं आहे.
>
> या चित्रपटावर मिस्टर लिटल एक्सनं खूप मनन केलं, की कुणी इतकं निडर कसं असू शकतं? रात्रीच्या गहन शांततेत कुणी इतकं धाडस कसं करू शकतं? मग त्यानं स्वतःच्या जीवनात काही प्रयोग केले आणि तो भयपटच

त्याचा गुरू बनला. त्या चित्रपटाचे नायक, दिग्दर्शक, लेखक, सगळेच त्याचे गुरू बनले, कारण मननातून मिळालेल्या उत्तरांमुळे त्याचं सगळं भय दूर पळालं, तो भयमुक्त झाला आणि त्याच्यात एका नव्या साहसाचा उदय झाला.

मिस्टर लिटल एक्सच्या घराशेजारी एक नवी इमारत बांधली जात होती, परंतु बऱ्याच काळापासून त्या इमारतीचं बांधकाम थांबलेलं होतं. इमारतीत अद्याप वीजही पुरवण्यात आलेली नव्हती. त्यामुळे रात्री तिथं बराच अंधार असे. त्या अंधारातच मिस्टर एक्स तिथं जात.

शेजारपाजारचे मित्र आपसांत आव्हान देत, की तुम्ही अमुक दरवाजातून आत शिरून तमुक दरवाजातून बाहेर पडून दाखवा, अर्ध्या रात्री जाऊन दाखवा. काळे कपडे परिधान करून जाऊन दाखवा वगैरे. मिस्टर एक्सनं प्रत्येक आव्हान स्वीकारून पूर्ण करून दाखवलं. इतकंच नव्हे, तर दुसरं कुणी धाडस करून आत जात असे, तेव्हा दुसऱ्या दरवाजातून जाऊन त्याला घाबरवतदेखील असत. म्हणजे, हळूहळू अंधारात जाण्याचंच नव्हे, तर अंधारात जाऊन लपून बसण्याचंदेखील धाडस त्याच्यात निर्माण झालं.

हे धाडस कुठून आलं? लिटल एक्स दिवसा त्यांच्या मित्रांसमवेत त्या इमारतीच्या परिसरात खेळत असत. तेव्हा त्यांना जाणीव झाली, की दिवसा जे घडतं, तेच तिथे रात्रीही घडतं.

हा होता मिस्टर लिटल एक्सचा पहिला चित्रपट, भयाचं प्रथम दर्शन, पहिला सामना. अर्थात, चित्रपट पाहताना त्यांना भीती तर नक्कीच वाटली होती. परंतु त्यांनी मनन केलं, 'ही भीती का वाटतेय? कशामुळे आलीये? हा केवळ चित्रपट आहे, हे माहीत असतानाही भीती का बरं वाटते?' या प्रश्नांवर मनन केल्यामुळे ते धाडस करू शकले आणि भय नावाची कुठलीच गोष्ट नसते, हेही त्यांनी सिद्ध करून दाखवलं.

आपलं जीवनसुद्धा एखाद्या चित्रपटासारखंच तर नसेल? जसं चित्रपट संपल्यावर सर्व कलाकार गायब होतात, केवळ पडदाच शिल्लक राहतो. तेव्हा पडद्यावर चालणाऱ्या घटनांची भीती का वाटावी?

म्हणून, तुमच्या प्रत्येक पहिल्या सामन्यावर मनन करा, की यातून आपल्याला

काय शिकायला मिळतंय? आपल्याला राग का येतो, काय कारण आहे? डिप्रेशन का येतं, ते नेहमी असतं, की येत-जात राहतं? जातं तर कुठं जातं, येतं तर कुठून येतं? अशा प्रकारे मनुष्याचा जीवनावर पहिल्या सामन्याचा फार प्रभाव पडतो.

प्रथम तुम्ही काही लिहिता, एखादी कविता रचता, या घटनेलाही गुरू मानायला हवं. 'मला असं काय जाणवलं, की ही कविता स्फुरली? ही भावना कुठून आली? शब्द कुठून आले? मी विचार करून लिहिले, की ते आपोआप मनात उमटले?'

प्रथमदर्शनी प्रभावातून मुक्तीची युक्ती

प्रथमदर्शनी प्रभावातून पडलेलं मुक्तीचं पहिलं पाऊल हे, की तुम्हाला पुढील महिन्यात तीस गुरू बनवायचे आहेत- होय, एका महिन्यात तीस गुरू!

उद्यापासून तुमच्या जीवनात काहीही घडलं, तर म्हणा, 'हे माझ्या आयुष्यात प्रथमच घडलं आहे.' कोणतीही एक घटना निवडा आणि जेव्हा केव्हा वेळ मिळेल, तेव्हा त्यावर मनन करत राहा, या मागचं रहस्य काय आहे? हे तुम्हाला उलगडायचं आहे. इतका सखोलपणे शोध घ्या, की हा प्रथम सामनाच तुम्हाला मुक्ती मिळवून देईल. याचप्रकारे, तुम्हाला निरनिराळ्या घटनांतून तीस गुरू बनवायचे आहेत. हे आहेत गुरूंनी सुचवलेले गुरू.

तीस गुरू बनवतानाच तुम्हाला ही प्रार्थना करायची आहे, '**प्रथम दर्शनातूनच मला सरळ संकेत व सार्थक शिकवण मिळावी.**' लोक मनन करत नाहीत, तेव्हा त्यांच्या आयुष्यात त्याच त्या घटना वारंवार घडत राहतात. शिवाय त्यातून काहीच न शिकल्याने ते त्याच चुका पुनःपुन्हा करत राहतात. आता समंजसपणे प्रार्थना करायची आहे, की लवकरात लवकर आपल्याला सार्थक शिकवण मिळावी.

चला, सारे मिळून पूर्ण श्रद्धेनं प्रार्थना करूया -

१. हे ईश्वरा, पहिला संकेत, पहिली शिकवण, पहिली घटना, पहिला सामना यांतूनच मला सार्थक शिकवण व सरळ संकेत समजू दे.

२. आता मी ग्रहणशील आहे, तयार आहे आणि पहिल्या सामन्यातूनच शिकणार आहे.

३. माझ्या मेंदूत याची तयारी सुरू झालेली आहे.

मग अचानक एके दिवशी तुम्हाला जाणवेल, की प्रार्थनेचं फळ मिळू लागलंय. तुमची समज प्रगल्भ होत चाललीय, हे पाहून तुम्हालाच आश्चर्य वाटेल. तुम्हाला दिसेल, की आता मनन न करताही आपोआप ही गोष्ट घडत आहे.

त्यासाठी स्मरणचिन्हं (संकेत) देखील बनवले जाऊ शकतात.

सकाळी ब्रश करण्यासाठी जेव्हा सवयीनं तुमचा उजवा हात पुढं होईल, तेव्हा थोडं थांबा आणि म्हणा, 'मला डाव्या हातानं ब्रश करायचा आहे.'

दिवसाच्या आरंभीच सजग राहण्यासाठी असं करायचं आहे. अन्यथा मनुष्य ब्रश करता-करताही दिवसभरातील कामांच्या यादीचा विचार करू लागतो- आज इकडं जायचं आहे, उद्या तिकडं जायचं आहे, हे करायचं आहे, ते करायचं आहे. याचसोबत, ब्रशवर एक लेबल लावा- 'प्रथम सामना.' ब्रश हाती घेताच मग आपोआप आठवण येईल. डाव्या हातानं करण्याची कामं जरा वेळ उजव्या हातानं करून पाहा. हाच आहे प्रथमदर्शनाच्या प्रभावातून सुटकेचा मार्ग!

या मुक्तीचं प्रतीक- श्री.व्ही.व्ही. हा आहे. गुरूंनी सुचवलेला गुरू! श्री.व्ही.व्ही. म्हणजे काय? श्री म्हणजे 'श्रीगणेश' आणि व्ही.व्ही. म्हणजे 'वेद व्यास'. या प्रतीकचिन्हात श्रीगणेश बसलेले आहेत आणि वेदव्यास त्यांच्याकडून लिहून घेत आहेत. हे प्रतीक तुमच्यासाठी कायम स्मरणचिन्हाचं काम करेल.

प्रकरण ४

शक्तिहीनतेपासून मुक्ती
ऊर्जेशी युक्ती

सहाव्या सफरीत सिंदबादला आणखी एक महत्त्वाची मुक्ती मिळाली – ती म्हणजे, शक्तिहीनतेपासून मुक्ती. कधी-कधी आपल्याला शक्तिशाली असल्यासारखं वाटतं, तर कधी शक्तिहीन असल्यासारखं! असं का होतं? शक्तिहीनता म्हणजे ऊर्जेची उणीव. कुठल्याही कारणानं मनुष्याच्या आंतरिक ऊर्जाप्रवाहात अडसर येतो, तेव्हा मनुष्याला शक्तिहीन झाल्यासारखं वाटतं.

चला, समजावून घेऊया, की ही शक्ती असते तरी काय? तिचा उगम कुठं होतो? ती कुठून येते आणि कुठं लुप्त होते? मनुष्य पाच पैलूंशी स्वतःची ओळख जोडून घेतो, तेव्हा ऊर्जेचा प्रवाह खंडित होतो. हे पाच पैलू आहेत –

१. शरीर

२. मन

३. बुद्धी

४. स्वतंत्र अस्तित्व

५. लिंग

तुम्ही जेव्हा स्वतःला 'मी आहे शरीर', 'मी आहे मन', 'मी आहे बुद्धी', 'मी आहे व्यक्ती (माझं स्वतःचं स्वतंत्र अस्तित्व आहे)', आणि 'मी आहे स्त्री अथवा पुरुष', असं समजता, तेव्हा नकळत तुमच्या अमर्याद स्वरूपाला एका मर्यादेत बांधून घेता. त्यामुळे तुमच्या वास्तव स्वरूपावर मर्यादा पडते आणि दुःख सुरू होतं. सहावा पैलू आहे - 'मी आहे... मी आहे...' हेच तुमचं वास्तव स्वरूप आहे. मनुष्याला जेव्हा या अवस्थेची अनुभूती येते, तेव्हा तो ऊर्जेच्या उगमावर असतो.

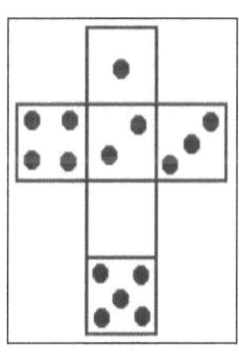

याचं प्रतीक चिन्ह आहे - फासा किंवा डाइस. फाशाच्या चित्रात तुम्हाला 'सहा' हा अंक दिसत नाहीये. ते आहे सहावं इंद्रिय, जे पाठीमागे आहे. म्हणजे, जेव्हा तुम्ही पाठीमागे जाऊन तुमचं सहावं इंद्रिय वापरता, तेव्हा ऊर्जेच्या संपर्कात येता आणि त्या ऊर्जेची ऊर्जा मिळवता. किंबहुना, स्वतःच ऊर्जा बनून जाता. या स्थितीत गेल्यानंतर तुम्ही कोणतंही काम ऊर्जावान स्थितीतून सुरू करू शकता. कोणतंही काम तडीस नेण्यासाठी त्याची सुरुवात पूर्णत्वानं व्हायला हवी.

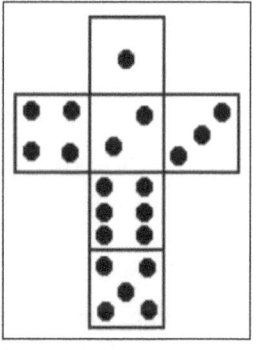

सामान्यतः मनुष्य त्याची सुरुवात अशी करतो- 'माझ्याकडे हे नाही, आणि मला हे मिळवायचं आहे. पैसे नाहीयेत, ते मिळवायचेत. प्रेम नाहीये, ते मिळवायचंय. नातेसंबंध चांगले नाहीत, ते मधुर बनवायचे आहेत. चांगलं आरोग्य नाही, ते मिळवायचंय.' तो आरंभच असा चुकीचा करतो. म्हणून प्रथम त्या ऊर्जेच्या स्रोतात, मुक्त प्रवाहात प्रवेश करा आणि मगच सुरुवात करा. लोक स्वानुभव घेतात तर खरं, पण ज्ञान नसेल, तर अनुभवातून बाहेर येताच पुढचा विचार येतो- 'माझं हे काम कधीचं अडकलेलं आहे; ते होईल की नाही?'

हे असं झालं, जणू एखादा मनुष्य ऑफिसात बसलेला आहे. आनंदानं सगळी कामं करतोय; एकानंतर एक कामाचा फडशा पाडतोय; अडथळ्याविना ऊर्जा वाहत आहे. मनात संतोष आहे, की आज तर खूप कामं होताहेत. मात्र काही वेळानं तो ऑफिसातून बाहेर पडतो, तेव्हा बाहेर एका खांबापाशी एक एजंट वृत्तपत्र घेऊन त्याची वाट पाहत उभा असतो. पेपरात छिद्र करून पाहतोय, 'हा बाहेर केव्हा येतो आणि मी त्याचा पाठलाग केव्हा सुरू करतो?' अगदी अशाच प्रकारे अनुभवातून बाहेर येताच विचारांचा एक एजंट तुमची वाट पाहत बाहेर उभा असतो. मग तो तुमचा पाठलाग करू लागतो. तुम्हाला नुकतीच ऊर्जा मिळाली आहे आणि लगेच कुणीतरी तुमच्या पाठीमागे लागलाय. असा मनुष्य ऊर्जाविहीनतेचा त्रास भोगू लागतो. मात्र तुम्हाला यापासून सुटका मिळवायची आहे.

या उदाहरणातून हे लक्षात घ्या, की सुख-दुःख हे खरंतर घटनांमध्ये नसतंच मुळी. घटना या ऊर्जेचा उगम नसतात. घटनांमध्ये आपल्याला दिसतं, पैसे मिळणार होते, पण मिळाले नाही... म्हणून ऊर्जा नाहीशी झाली. प्रेम मिळणार होतं, पण मिळालं नाही... म्हणून ऊर्जा नाहीशी झाली. आता जरा विचार करा, प्रेम वा पैसे मिळाल्याने ऊर्जा मिळते, की ते मिळवल्याच्या सुखद भावनेतून ऊर्जा मिळते? प्रत्येकाला चांगल्या भावनाच हव्या असतात.

पैसे, प्रेम, मधुर नातेसंबंध यांतून मिळणारी सुखद भावना आपल्या आतच जन्माला येते, हे गुपित जर तुम्हाला समजलं, तर तुम्ही प्रसन्न वाटण्यासाठी अशा बाह्य गोष्टींवर विसंबून राहाल का? नाही ना? मग तुम्ही बाह्य घटनांचे गुलाम कसे राहाल? हीच तर मुक्ती आहे!

सिंदबादला हे सत्य समजलं होतं. म्हणून मृत्यूच्या बेटावर अडकून पडल्यावरही तो शक्तिहीन झाला नाही. त्या कठीण प्रसंगी मृत्यूला सामोरं जात त्यानं त्याच्या नौकेला अपरिचित नदीच्या प्रवाहात झोकून दिलं. त्यामागे त्याची कोणती भावना होती बरं? त्याची समस्या कोण सोडवणार होतं? 'कुणी नाही.' आणि जर सोडवता नाही आली तर? 'काही हरकत नाही.'

याचाच अर्थ, पैसे, नातेसंबंध, मनासारख्या घटना घडल्या नाहीत तरी तुम्हाला सुखद भावनेचा अनुभव घेता येतो. हवं तेव्हा सहावी बाजू, सहावं इंद्रिय वापरून पूर्णत्व मिळवू शकतो ही सुरुवात ऊर्जेनं भरलेली असते. ही आहे शक्तिहीनतेपासून मुक्ती!

तुम्ही तुमच्या सुखापासून केवळ एक पाऊल दूर आहात, ही चांगली गोष्ट आहे.

तुमची समस्या सुटण्यात फक्त एका पावलाचं अंतर आहे. तुम्ही घरी परतता, तेव्हा तुमच्या लक्षात येतं, की मनाप्रमाणे गोष्टी न घडूनही मी प्रसन्न राहू शकतो. कुठल्याही घटनेनं तुम्ही हादरून जायचं नाही, तर त्या घटनेलाच हादरवून सोडायचं आहे.

मनाविरुद्ध काही घडतं, तेव्हा आपल्या मनात नकारात्मक संवाद सुरू होतात आणि आपली ऊर्जा क्षीण होऊ लागते. परंतु तुम्ही जर तेजसत्याचं स्मरण केलंत, तर निसर्गाची ऊर्जा तुम्हास मिळू लागते. निसर्गाच्या सान्निध्यात, म्हणजे एखाद्या पर्वतावर, झऱ्याजवळ, समुद्रकिनारी, किंवा हिरव्यागार शेतांमध्ये गेल्यावर तुम्ही ऊर्जावान बनता. निसर्गाची ऊर्जा तुम्हाला मिळते. विचार करा, की ऊर्जा देणाऱ्या या निसर्गाला वेढून टाकणारं असं काय आहे? ते आहे, अवकाश! निसर्गाभोवती अवकाश डौलदारपणे उपस्थित असतं. म्हणूनच, इतके भूकंप येऊनही, ज्वालामुखी, विस्फोट होऊनही निसर्ग कसा पवित्र, संतुलित ऊर्जेनं शिगोशिग भरलेला असतो! तुमच्यामध्येही तेच अवकाश आहे. ऊर्जेचा मुक्त प्रवाह खळखळून वाहायला तयार आहे. फक्त काही विचारांमुळे तुम्हाला असं वाटतं, की हा प्रवाह थांबलेला आहे आणि त्याचवेळी तुम्हाला शक्तिहीन झाल्यासारखं वाटतं. अशा वेळी स्वतःला सांगा–

* माझी समस्या सोडवणारा कोण आहे?

– ‘कुणी नाही.’

* नाही सोडवता आली तर?

– ‘हरकत नाही.’

* मग लोक मला कुचकामी समजतील!

– ‘काहीच हरकत नाही आणि ही काही फार मोठी गोष्ट नाही.’

सहाव्या बाजूला हेच ज्ञान दडलेलं आहे. सहाव्या बाजूला जाण्यासाठी ध्यान आणि भक्ती यांची मोठी भूमिका असते. रामकृष्ण परमहंसांना कालीमातेचं नामस्मरण होताच, किंवा ऐकू येताच, ते भावसमाधिस्थ होत. ‘मी शरीर आहे, मी मन आहे, मी बुद्धी आहे, मी स्वतंत्र व्यक्ती आहे, मी पुरुष आहे,’ ते या पाचही गोष्टींच्या पल्याड जात असत.

या पाचही गोष्टींपलीकडे सहावी बाजू आहे. भक्तीत इतकं सामर्थ्य असतं, की मनुष्य ‘मी आहे... आहे.’ या स्थितीत पोहोचतो. जोपर्यंत भक्ती जागृत होत नाही,

तोपर्यंत तिचं सामर्थ्यही दिसून येत नाही. जेव्हा भक्ती हीच मनुष्याची अनुभूती बनते, तेव्हा ईश्वराची आठवण येताच त्याला स्वतःच्या अस्तित्वाची जाणीव होते आणि भक्तीचे अश्रू त्याला शुद्ध करू लागतात. हे आहे भक्तीचं सामर्थ्य!

अशा प्रकारे, ध्यान करताना तुम्ही निरंतर 'मी आत्ता कोण आहे?' असं विचारता, तेव्हा हळूहळू तुम्ही त्याच 'आहे'मध्ये स्थापित होता. तिथं स्पष्ट दिसू लागतं, मी शरीरही नाही; मनही नाही; बुद्धीही नाही; लिंगही नाही आणि एक निराळी व्यक्तीही नाही. मी केवळ या शरीराशी संलग्न आहे आणि तेही स्वयं-जाणिवेसाठी, तिच्या अभिव्यक्तीसाठी! अभिव्यक्तीसाठी ऊर्जा हवी असते आणि ती ध्यानातून मिळते.

चला, ऊर्जाध्यान करून शक्तिहीनतेपासून मुक्ती मिळवूया आणि आपण सारेच ऊर्जावान बनूया.

ऊर्जा ध्यान

१. डोळे बंद करून एका स्वच्छ आसनावर ध्यानमुद्रेत बसा.

२. स्वतःला जाणून घेताना ऊर्जेचा संचार होऊ लागतो.

३. हे समजून घेऊन ध्यानात बसा आणि ऊर्जा प्रवाहित होऊ द्या.

४. लक्षात ठेवा, की कुठल्याही समस्येचं उत्तर तुमच्यापासून केवळ एक पाऊल दूर आहे.

५. प्रत्येक कार्याची सुरुवात या ऊर्जेसह करा.

६. ध्यानातून उठल्यानंतरही त्याच स्थितीत थोडा वेळ बसून राहा. लोक ध्यानातून उठल्यानंतर लगेच हलू-डोलू लागतात, हात चोळू लागतात, अन्य हालचाली करू लागतात. प्रथम थोडं थांबा. ध्यानात जे अनुभवलं, डोळे उघडल्यानंतरही त्यातच राहण्याचा प्रयत्न करा. अशा प्रकारे उभं राहिल्यानंतरही, काम करत असतानाही ध्यान करता येऊ शकतं.

७. ध्यानानंतर समजा तुम्ही भाजी चिरत असाल, तर पाहा, की भाजी एका हातात कशी धरली आहे, दुसऱ्या हातानं कशी चिरली जात आहे, कसे हे दोन्ही हात परस्परांना सहकार्य करत आहेत.

८. ध्यान सुरू ठेवून काम करत राहिलात, तर ऊर्जा लगेच संपणार नाही. उलट, ध्यानातून तर ऊर्जा मिळते. परंतु लवकरच विचारांच्या एजंटच्या भुलाव्यात

येऊन लोक ती ऊर्जा गमावून बसतात. सहाव्या इंद्रियानं सहाव्या बाजूला जाऊन ऊर्जेचा संचय करता येतो.

९. निसर्गाच्या अवतीभवती असलेल्या अवकाशात शक्ती असते. तुमच्या आजूबाजूलाही अवकाश आहे, म्हणून तुम्ही कायम ऊर्जावान राहू शकता.

१०. **निसर्गात पर्वत आणि झाडं-झुडपं कसे असतात? जणू ते नाहीतच. तुम्हालाही असंच उपस्थित राहायचं आहे – जणू तुम्ही नाहीतच.** आता तुम्ही अदृश्य होऊन बसा, स्वतःला पर्वत किंवा वृक्ष समजून बसा, गायब होऊन जा, 'मी नाहीच' या भावनेत बसा. मग तुम्हाला तुमच्या सभोवती संचार करणारी ऊर्जा जाणवू लागेल.

११. तुम्ही अदृश्य आहात आणि तुमच्या चोहीकडे ऊर्जा प्रवाहित आहे, ही जाणीव होऊ द्या.

१२. मी नाहीये... कुणीच नाहीये... नाहीही नाहीये... कुणी नाहीये... प्रेमाची ऊर्जा, आनंदाची ऊर्जा, मनात वसणाऱ्या मौनाची ऊर्जा प्रवाहित आहे... वाहत आहे...

१३. ऊर्जा तुमच्या आरपार जातेय. मध्ये कसलाच अडसर नाहीये. शुद्ध जल, अंतरंगातील ईश्वराची तहान शमवणारं जल, तुमच्या आरपार वाहतंय...

१४. तुम्ही अदृश्य आहात निसर्गासोबत एकरूप झालात!

१५. आता हळूहळू डोळे उघडा आणि त्याच अनुभूतीत तल्लीन राहा.

खंड - ७

दुःखद भावना आणि ध्यानातून विचलित होण्यापासून मुक्ती

गुरुतत्त्व आणि ध्येयाशी युक्ती

प्रकरण १

दर्यावर्दी सिंदबादची सातवी सफर

धाडसी सिंदबादची अंतिम गोष्ट ऐकण्यासाठी सगळे जण सिंदबादच्या बंगल्यावर येऊन पोचले. सिंदबादनं हसतच आपल्या मित्रांचं आणि हिंदबादचं स्वागत केलं.

अखेरच्या सफरीचं वर्णन करताना तो हिंदबाद व इतर मित्रांना म्हणाला, ''मला माहीत आहे, की माझ्या शेवटच्या सफरीची गोष्ट ऐकायला तुम्ही सगळे आतुर आहात. मात्र नेहमीप्रमाणेच माझी ही शेवटची सफरदेखील आश्चर्यकारक आणि चित्र-विचित्र घटनांनी भरलेली आहे. आज मी तुम्हाला त्याच सफरीची गोष्ट सांगणार आहे. परंतु त्याआधी, मला तुमच्याकडून हे वचन हवंय, की तुम्ही मृत्युपूर्वी मरणार नाही. शरीर तर एक दिवस संपणारच आहे, पण त्याअगोदर तुम्ही संपायचं नाहीये. मला आशा आहे, की माझ्या सगळ्या सफरींच्या गोष्टी ऐकून तुम्हाला प्रेरणा मिळेल. तुमच्या

अंतरंगात काही मोलाचं परिवर्तन घडेल. तुमचा दृष्टिकोनही निश्चितच बदलला असेल. शिवाय आता तुम्ही जीवनाकडे नव्या नजरेनं पाहू लागाल.''

सर्वांनी वचन दिलं, की आता ते आयुष्यात कधीही घाबरणार नाहीत; मृत्यूपूर्वी मरणार नाहीत.

मग स्मित करत सिंदबाद पुढे बोलू लागला-

''यापुढे मी कधीही जलमार्गाने प्रवास करणार नाही, असं पक्कं ठरवलं होतं. सहा सागरी सफरींनंतर मी बराच थकलेलो असल्याने आता आयुष्य आरामात कंठायची माझी इच्छा होती. त्यामुळे मी निश्चिंतपणे, आनंदात घरी राहत होतो.

''एके दिवशी खलिफाच्या दरबारातून एक सरदार आला आणि मला म्हणाला, 'खलिफानं तुला बोलावलं आहे.'

''मी त्वरित दरबाराकडे निघालो.

''खलिफाच्या दरबारात जाऊन मी त्यांना अभिवादन केलं.

''त्यांनी माझ्या अभिवादनाचा स्वीकार करत म्हटलं, 'माझं तुझ्याकडे एक काम आहे, करशील?'

मी म्हटलं, 'आपला हा गुलाम आपल्यासाठी काय करू शकतो?'

''उत्तरादाखल खलिफा म्हणाले, 'सरानद्वीपाच्या राजाच्या पत्राच्या उत्तरात मीदेखील त्यांना पत्र आणि भेटवस्तू पाठवू इच्छितो, तेव्हा माझी इच्छा आहे. तू हे सर्व घेऊन जा आणि सरान द्वीपाच्या राजाला नेऊन दे.'

''हा आदेश मिळाल्यावर मी अस्वस्थ झालो.

''हात जोडून मी म्हणालो, 'हे समस्त मुसलमानांचे अधिपती, आपल्या आज्ञेचं उल्लंघन करण्याचं धारिष्ट्य माझ्यात नाही, परंतु मी अनेक समुद्री सफरी केल्या आहेत आणि प्रत्येक सफरीत इतकी जीवघेणी संकटं झेललेली आहेत, की आता पुन्हा कधीही जहाजावर पाऊलही न ठेवण्याचा माझा दृढ निश्चय आहे.'

''असं म्हणून मी खलिफांना थोडक्यात माझ्या सहाही सफरींची कर्मकहाणी ऐकवली. खलिफांना हे ऐकून फार आश्चर्य वाटलं, पण त्यांनी त्यांचा निर्णय बदलला नाही.

‘‘ते म्हणाले, ‘मला मान्य आहे, की या सगळ्या सागरी सफरींत तुला फार त्रास झाला, पण मी म्हणतो म्हणून अजून फक्त एकदा प्रवास कर. कारण तुझ्याशिवाय हे काम कुणीच करू शकत नाही. यानंतर मग भलेही तू कधीच प्रवास करू नकोस.’

‘‘आता मला दिसलं, की खलिफा काही त्यांचा निर्णय बदलणार नाहीत. म्हणून वादविवाद करून काहीच उपयोग नाही. त्यामुळे मी प्रवासाला निघण्याचं मान्य केलं. प्रवासखर्चापोटी खलिफांनी मला चार हजार दिनार दिले आणि प्रवासाची तयारी करण्यास फर्मावलं. काही दिवसांत तयारी पूर्ण करून मी खलिफाच्या दरबारात पोहोचलो.

‘‘खलिफांच्या आज्ञेनुसार त्यांनी दिलेल्या भेटवस्तू घेऊन मी बसरा बंदरावर आलो आणि तिथून एक जहाज घेऊन सरान द्वीपाला निघालो. प्रवास निर्विघ्नपणे पार पडला. मी आल्याची वर्दी देऊन सरान द्वीपाच्या राजासमोर उपस्थित झालो आणि त्यांना माझा परिचय दिला.

‘‘त्यांनी मला पाहताच ओळखलं आणि माझं स्वागत करत ते म्हणाले, ‘हे सिंदबाद, तुला भेटून फार काळ लोटला होता. ईश्वरानं पुन्हा आपली भेट घडवून आणली.’

‘‘त्यांनी मला जवळ बसवून घेतलं आणि प्रवासाविषयी विचारलं. मग मी त्यांना खलिफांनी पाठवलेल्या मौल्यवान व दुर्मीळ वस्तू उपहारस्वरूप दिल्या. त्याचबरोबर खलिफांनी पाठवलेलं पत्रही दिलं.

‘‘पत्र वाचून सरान द्वीपाचे राजा अत्यंत प्रसन्न झाले. त्यांनी मला भेटवस्तू व पत्राबद्दल खलिफांचे आभार मानण्यास सांगितलं. मग मी परतण्याची अनुमती मागितली. पण आपल्या कृपाळू स्वभावामुळे ते मला लगेच परतू देण्यास इच्छुक नव्हते. परंतु मी पुनःपुन्हा अनुरोध केल्यानंतर त्यांनी मला मानमरातब व खूप मोठं इनाम देऊन निरोप दिला.

‘‘त्यानंतर मी माझ्या जहाजावर परतलो आणि कप्तानाला म्हणालो, ‘मला लवकरात लवकर बगदादला पोचायचं आहे.’

‘‘त्यानं जहाज भरधाव सोडलं, पण ईश्वरेच्छा काही वेगळीच होती. आमचं जहाज निघून तीन-चारच दिवस झाले असतील, तितक्यात सागरी चाच्यांनी येऊन आम्हाला घेराव घातला. आम्ही त्यांच्याशी दोन हात करण्यात अयशस्वी ठरलो. चाच्यांनी जहाजातील सगळं सामान लुटून आम्हाला बंदी बनवलं. मात्र आमच्यापैकी

ज्यांनी त्यांना विरोध करण्याचा प्रयत्न केला, त्यांना चाच्यांनी मारून टाकलं. मग त्या चाच्यांनी दूरवरच्या एका बेटावर नेऊन आम्हाला विकून टाकलं.

"मला एका श्रीमंत व्यापाऱ्यानं विकत घेतलं. पण ते मला गुलामासारखं न वागवता चांगली वागणूक देत होते.

"एकदा माझ्या मालकानं मला विचारलं, 'तुला एखादी कला किंवा व्यापार करणं जमतं का?'

"मी सांगितलं, 'मी एक व्यापारी आहे आणि सागरी व्यापाराखेरीज मला काहीही येत नाही.'

"त्यावर त्यांनी मला विचारलं, 'धनुष्यबाण चालवता येतो का?'

मी म्हटलं, 'होय, लहानपणी शिकलो होतो, पण त्यानंतर कधी चालवलं नाही. पण करायचं काय आहे?'

"मग तो धनुष्यबाण घेऊन, मला हत्तीवर बसवून जंगलात घेऊन गेला.

"तिथं त्यानं मला एका विशालकाय वृक्षावर बसायला सांगितलं आणि तो म्हणाला, 'तू इथं लपून बस आणि एखादा हत्ती इकडं आला, की त्याच्यावर बाण चालव. एक हत्ती जरी तू मारू शकलास, तरी मला लगेच येऊन सांग.'

"एवढं बोलून त्याने कित्येक दिवस पुरेल, इतकं अन्न माझ्याजवळ ठेवलं आणि स्वतः शहरात परतला.

"मी असं काम आयुष्यात कधीच केलेलं नव्हतं. तरीही, घाबरत-घाबरत मी त्या वृक्षावर बसलो आणि हत्तींची वाट पाहू लागलो. रात्रभर वाट पाहूनही एकसुद्धा हत्ती दिसला नाही. दुसऱ्या दिवशी सकाळी मात्र तिथे हत्तींचा एक कळप आला. मी त्वरित अनेक बाण सोडले. त्यातील एकामुळे एक हत्ती जखमी होऊन पडला आणि अन्य हत्ती पळून गेले.

"मी शहरात जाऊन मालकाला सांगितलं, 'माझ्या बाणामुळे एक हत्ती पडला आहे.'

"हे ऐकून तो आनंदला आणि त्यानं मला विविध प्रकारचं स्वादिष्ट भोजन दिलं. दुसऱ्या दिवशी आम्ही दोघं त्या जंगलात गेलो. मालकाच्या सांगण्यावरून मी एक खड्डा खोदून हत्तीला त्यात पुरलं.

“‘मालक म्हणाला, ‘हत्ती कुजून गेल्यावर त्याचे दात काढून घेऊन ये, कारण त्यांना खूप मोल मिळेल.’

“‘सतत दोन महिने मी हे हेच काम करत राहिलो; त्याच वृक्षावर चढत-उतरत राहिलो. या दरम्यान मी कित्येक हत्ती मारले. एके दिवशी मी त्या वृक्षावर चढून बसलेलो असताना हत्तींचा एक मोठा कळप आला. त्या सर्वांनी वृक्षाला घेराव घातला आणि ते भयकारी रीतीनं चीत्कारू लागले. संख्येनं ते इतके जास्त होते, की तेथील सगळी जमीन काळी दिसू लागली होती आणि त्यांच्या पायांची दाणदाण जणू भूकंपासारखी भासू लागली. त्यांनी मला पाहिलं होतं आणि ते वृक्ष उखडून फेकण्याच्याच तयारीत होते. हे पाहून मी भीतीनं अर्धमेला झालो. माझ्या हातातून धनुष्यबाण गळून पडले. एका मोठ्या हत्तीनं अखेरीस सोंडेत लपेटून तो वृक्ष उखडून फेकला. मी जमिनीवर पडलो. त्यानं मला उचलून त्याच्या पाठीवर घेतलं.

“‘मी अर्धमेला होऊन त्याच्या पाठीवर पडून राहिलो. तो मला पाठीवर घेऊन चालू लागला आणि अन्य हत्ती त्याच्या पाठोपाठ निघाले. त्या हत्तीनं मला एका लांब-रुंद मैदानात आणून उतरवलं आणि ते एका बाजूला झाले. मी उठून चोहीकडे पाहू लागलो. काही अंतरावर मला एक खूप खोल खड्डा दिसला. त्यात हत्तींच्या अस्थिपंजराचे ढिगारे पडलेले होते. मी विचार केला, की हत्ती किती बुद्धिमान पशू आहे! जेव्हा हत्तींच्या लक्षात आलं, की त्यांच्या दातांसाठी मी त्यांची शिकार करत आहे, तेव्हा त्यांनी स्वतःहून मला इथं आणून हा खड्डा दाखवला. जणू त्याला सांगायचं होतं, ‘आम्हाला मारू नकोस; त्याऐवजी इथून हवे तितके हस्तिदंत घेऊन जा.’ तेव्हा वाटलं, जर एखाद्या हत्तीचा मृत्यू समीप असेल, तर तो त्या खड्ड्यात पडून मरत असेल.

“‘हत्तींच्या हल्ल्यामुळे जखमी झालेलो असूनही मी धीर करून मालकाच्या घरी पोचलो. मला पाहून मालक फार आनंदी झाला आणि म्हणू लागला, ‘अरे दुर्दैवी सिंदबाद, तू आतापर्यंत कुठं होतास? मी तुझ्या चिंतेनं पोखरला गेलो होतो. तुला शोधत मी त्या जंगलात गेलो, तेव्हा दिसलं, की तो वृक्ष उखडून पडलाय आणि तुझे धनुष्यबाण जमिनीवर पडलेले आहेत. मी तुला सर्वत्र खूप शोधलं, पण तू सापडला नाहीस. तुझ्या प्राणांची चिंता करत मी उदास होतो. मात्र, आता तू सगळं काही सविस्तर सांग. तुझ्यासोबत काय-काय घडलं आणि तू जिवंत कसा राहिलास?

“‘मी व्यापाऱ्याला सगळं काही सांगितलं. त्या खड्ड्याविषयी ऐकून तो खूश झाला. माझ्यासोबत तो त्या खड्ड्याकडे गेला आणि जितके हस्तिदंत त्याच्या हत्तीवर

लादले जाऊ शकत होते, तेवढे लादून तो शहरात परतला.

''मालकानं माझे आभार मानत म्हटलं, 'तू मला योग्य दिशा दाखवलीस. मी उगाचच हत्तींना मारत होतो. खरं तर हत्तींनी स्वतःच त्यांचं कब्रस्तान बनवून ठेवलेलं होतं. शिवाय त्यातून सहजगत्या हवे तेवढे हस्तिदंत घेता येऊ शकले असते. ईश्वर मला क्षमा करो. तुझ्या या भल्या कामामुळे मी तुला मुक्त करत आहे. आजपासून तू माझा गुलाम नाहीस. तू माझ्यावर मोठाच उपकार केला आहेस. तुझ्यामुळे मला अपार धन मिळेल. यापूर्वी कित्येक गुलाम गमावूनदेखील मला क्षुल्लकच फायदा होत असे. आता मात्र तुझ्यामुळे केवळ मीच नव्हे, तर या शहरातील सगळेच व्यापारी संपन्न होतील. मी केवळ तुला स्वतंत्रच करणार नाही, तर खूप धन-संपत्तीदेखील देईन आणि अन्य व्यापाऱ्यांकडूनही खूप काही मिळवून देईन.'

''मी म्हणालो, 'तुम्ही मला सागरी चाचांच्या तावडीतून सोडवलं त्याबद्दल मी अत्यंत कृतज्ञ आहे. केवळ माझं भाग्य थोर म्हणून मी या शहरात आणून विकला गेलो. आता मला तुमच्याकडून व अन्य व्यापाऱ्यांकडून इतकीच दया हवी आहे, की मला माझ्या देशात परतता यावं.'

''तो म्हणाला, 'धीर धर. एका विशिष्ट ऋतूमध्ये इथं जहाजं येतात आणि त्यांच्यावरचे व्यापारी आमच्याकडून हस्तिदंत विकत घेतात. ती जहाजं येतील तेव्हा आम्ही तुझ्या देशात जाणाऱ्या एखाद्या जहाजाने तुला रवाना करू.'

''मी कित्येक महिने जहाजांची प्रतीक्षा करत राहिलो. या दरम्यान मी अनेकदा जंगलात जाऊन हस्तिदंत घेऊन आलो आणि त्या व्यापाऱ्याचं घर भरलं. इतर व्यापाऱ्यांनाही जेव्हा त्या खड्ड्याविषयी सांगितलं, तेव्हा त्यांनी तेथून हस्तिदंत आणले आणि संपन्न झाले. जहाजांचा ऋतू आल्यावर जहाजं आली. माझ्या मालक व्यापाऱ्यानं त्याच्याकडील अर्धे हस्तिदंत मला दिले आणि एका जहाजावर माझ्या नावानं ते हस्तिदंत चढवले. त्यासोबतच विविध प्रकारचे खाद्यपदार्थही दिले. इतर व्यापाऱ्यांनीही मला खूप काही दिलं. मी जहाजानं अनेक बेटांचा प्रवास करत पर्शियाच्या एका बंदरावर पोचलो. तेथून भूमार्गानं बसराला आलो आणि हस्तिदंत विकून अनेक मौल्यवान वस्तू घेतल्या. मग बगदादला आलो.

''बगदादला येताच मी त्वरित खलिफाच्या दरबारात पोचलो आणि त्यांचं पत्र व भेटवस्तू सरान द्वीपाच्या राजाकडे पोहोचवण्याची कहाणी ऐकवली. माझा हत्तींचा अनुभव ऐकून त्यांना फार आश्चर्य वाटलं आणि त्यांनी त्यांच्या एका लेखनिकास

आदेश दिला, की माझा संपूर्ण वृत्तांत सोनेरी अक्षरांत लिहून काढावा. मग त्यांनी भरपूर इनाम देऊन मला निरोप दिला.''

सिंदबाद म्हणाला, ''मित्रांनो, त्यानंतर मी कुठल्याच प्रवासाला गेलो नाही आणि आता ईश्वरानं दिलेल्या संपत्तीचा उपभोग घेतोय.''

मग तो हिंदबादला म्हणाला, ''आता सांग, माझ्यापेक्षा जास्त संकटं झेललेली कुणी अन्य व्यक्ती असेल का?''

हिंदबादनं आदरानं सिंदबादच्या हाताचं चुंबन घेतलं आणि तो म्हणाला, ''खरी गोष्ट तर ही आहे, की या सात सफरींमध्ये तुम्ही जितकी संकटं झेलली आणि जितक्या वेळा जीवघेण्या संकटांतून तुम्ही वाचलात, ते सारं अद्भुत आहे. त्याहीपेक्षा श्रेष्ठ आहे तुमची शिकवण – 'भय नामक कोणतीच गोष्ट नसते.' मी आतापर्यंत अतिशय अज्ञानी होतो, मी माझ्या गरिबीवर रडत असे आणि तुमच्या सुखसुविधांचा हेवा करत असे. मला वाटत असे, की ईश्वर माझ्यावर खूप अन्याय करत आहे. मी इतके परिश्रम करतो आणि पैसा मात्र दुसऱ्यांनाच मिळतो. पण आज मला समजलं, की प्रत्येक मनुष्याला जीवनातील घटनांतून आपापले धडे शिकायचे असतात. तो जोपर्यंत ते शिकत नाही, तोपर्यंत तशाच घटना त्याच्या आयुष्यात घडत राहतात. माझे डोळे उघडल्याबद्दल तुमचे खूप, खूप आभार.''

सिंदबादनं हिंदबादला चारशे दिनार दिले आणि तो त्याला म्हणाला, ''आता तू मजुरी करणं सोडून दे आणि माझी नोकरी पत्कर. मी आयुष्यभर तुझ्या पत्नीच्या आणि मुलाबाळांच्या पालनपोषणाची जबाबदारी घेईन.''

हिंदबादनं त्याचं ऐकलं आणि संपूर्ण जीवन सुखात व्यतीत केलं.

प्रकरण २

तुमची सातवी साहसयात्रा
तेजआनंदाची झोळी

सिंदबादच्या सातव्या सफरीपर्यंत येता-येता तुमच्या लक्षात आलं असेल, की सिंदबादमध्ये प्रत्येक परिस्थितीचा स्वीकार करण्याचा जाज्वल्य गुण होता. नवनव्या आव्हानांना सामोरं जाणं, त्यांतून काही शिकणं आणि पुढं जाणं, हेच त्याच्या जीवनाचं ध्येय बनलेलं होतं. त्याचं ध्येय नेहमीच त्याच्या संकटांपेक्षा वरचढ ठरत असे. सिंदबादकडून प्रेरणा घेऊन आपणही पृथ्वीलक्ष्याला सर्वांत वर ठेवायला हवं, म्हणजे या लक्ष्यासमोर प्रत्येक अडचण क्षुल्लक वाटू लागेल.

गोष्टीमध्ये, खलिफाच्या सांगण्यावरून सिंदबाद पुन्हा एकदा सरान द्वीपाच्या प्रवासाला तयार झाला. सहा धोकादायक सफरी करून आलेला असूनही त्यानं हिंमत सोडली नाही. सातव्या सफरीमध्ये सिंदबादनं एक नव्हे, दोन नव्हे, तर तब्बल तीन मुक्ती मिळवल्या.

पहिली – बंद पाकिटापासून मुक्ती

दुसरी – दुःखद भावनांपासून मुक्ती

तिसरी – लक्ष विचलित होण्यापासून मुक्ती

बगदादच्या परतीच्या प्रवासात सिंदबादच्या जहाजाला सागरी चाच्यांनी लुटलं आणि प्रवाशांना दूरवरच्या बेटावर नेऊन विकून टाकलं. मग एका श्रीमंत व्यापाऱ्यानं सिंदबादला विकत घेतलं. सिंदबाद स्वतः एक धनाढ्य व्यापारी होता. अशा वेळी कुणाची गुलामी पत्करणं सोपं नव्हतं. तरीही, त्यानं विरोध न करता परिस्थितीचा स्वीकार केला. त्यानं ना कुणाला दोष दिला, ना स्वतःला बरोबर सिद्ध करण्याचा प्रयत्न केला. तो केवळ गुपचूप आपल्या मालकाची आज्ञा पाळत राहिला. हस्तिदंताचा खजिना मिळूनही त्यानं त्याच्या मोहात न पडता सर्व नगरवासियांचं कल्याण केलं.

सिंदबादला त्याच्या मालकानं दिवसभर झाडावर बसून हत्तींची शिकार करायला सांगितलं. त्यासाठी एकाग्रतेची आवश्यकता होती, आणि ती सिंदबादनं मिळवली. तो आपल्या सद्यःस्थितीचा शोक करत बसला असता, तर त्याला विहित कर्म करता आलं नसतं. हत्तींवर नेम धरण्याऐवजी त्याचं लक्ष इकडं-तिकडं गेलं असतं, म्हणजे त्याचं लक्ष विचलित झालं असतं, तरीही त्याला आपलं ध्येय साध्य करता आलं नसतं.

सिंदबादच्या सातव्या सफरीतून सत्यशोधकाच्या शोधयात्रेचा बोध होतो. सिंदबादच्या मालकानं त्याला एका विशाल वृक्षावर धनुष्यबाण घेऊन बसायला सांगितलं आणि तिथून येणाऱ्या-जाणाऱ्या हत्तीवर नेम साधायला सांगितलं. सत्याच्या शोधकालादेखील हेच सांगितलं जातं, की त्यानं ध्यानाच्या वृक्षावर बसून आपल्या विकारांची शिकार करावी. धनुष्यबाण घेऊन एकेका हत्तीला मारणं म्हणजे आपल्या चुकीच्या वृत्तींना शोधून काढून एक-एक करून त्यांना नष्ट करावं.

सिंदबादवर हत्तींच्या हल्ल्याची घटना मनुष्याच्या साधनेशी जोडून पाहा. साधनेदरम्यान मनुष्याला हाच अनुभव येतो. वृत्ती नियंत्रणात आल्या असं वाटत असतानाच मनात अचानक कल्लोळ उठतो आणि एकामागून एक, अनेक वृत्ती मनुष्यावर आक्रमण करतात. त्यांना वशीभूत होऊन मनुष्य चेतना गमावतो. अशा वेळी मनुष्य सजग असेल, तर तो या वृत्तींचा पाठलाग करत त्यांच्या मूळ उगमापाशी पोहोचू शकतो. शिवाय त्या कुठून उगम पावत आहेत, हे समजू शकतो. ज्याप्रमाणे समुद्रात लाटा निर्माण होतात, त्या वर जातात व पुनश्च त्याच समुद्रात पडून विलीन होतात,

त्याचप्रमाणे मनुष्याच्या चेतनेतून भावना उफाळून येतात आणि पुन्हा चेतनेतच विलीन होतात. आंतरिक वृत्तींचा पाठलाग करताना मनुष्याला अखेरच्या टोकावर शून्याखेरीज काहीच दिसत नाही – हेच असतं तेजस्थान!

गोष्टीमध्ये हत्तींचा कळप सिंदबादला अशा ठिकाणी घेऊन गेला, जिथं मृत हत्तींच्या अस्थिपंजरांचे ढिगारे साचलेले होते. तिथं मुबलक प्रमाणात हस्तिदंत उपलब्ध होते. याचप्रकारे, जेव्हा मनुष्याच्या दुष्प्रवृत्ती व कुसंस्कार नष्ट होतात, तेव्हा केवळ तेजस्थानच अस्तित्वात राहतं. इथं हस्तिदंत हे तेजस्थानाचं प्रतीक आहे.

शहरातील एखाद्या मनुष्याला सत्याची प्रचिती येते, तेव्हा त्याचा लाभ समग्र शहरवासीयांना होतो, सर्वांचं कल्याण होतं. त्याचप्रकारे, सिंदबादला हस्तिदंताचा खजिना सापडला. त्यामुळे त्या परिसरातील सगळे व्यापारी धनसंपन्न झाले. सिंदबाद सर्वांना हस्तिदंताच्या ढिगाऱ्याकडे घेऊन गेला. सर्वांनी तिथून भरपूर हस्तिदंत गोळा केले, आपापली गाठोडी भरून घेतली. स्वबोधाची प्राप्ती झालेला महापुरुषदेखील अशाच प्रकारे सर्वांच्या पदरात आनंदाचे दाणे टाकतो.

प्रकरण ३

दुःखद भावनांपासून मुक्ती
प्रेम ड्राइव्हशी युक्ती

सिंदबादला त्याच्या सातव्या सफरीत एक महत्त्वाची मुक्ती मिळाली - बंद व्यक्तिमत्त्वापासून मुक्ती. चला, याचा विस्तारित अर्थ समजून घेऊया.

तुमच्या व्यक्तिमत्त्वाच्या आत एक बंद पाकीट आहे, ते उघडायला हवं. बंद पाकिटाचा अर्थ आहे- व्यक्तिगत सत्य. म्हणजेच, तुमच्या व्यक्तिमत्त्वामध्ये जे व्यक्तिगत सत्य आहे, ते उघडायचं आहे. त्याचं प्रतीक चिन्ह खाली दिलेलं आहे.

चित्रात जे पाकीट दाखवलेलं आहे, त्यातून व्यक्तिगत सत्य मुक्त करायचं आहे. चित्रात

दिसणारं फुलपाखरू तुम्हाला स्मरण देत राहील, की व्यक्तिमत्त्वातून फुलपाखराला बाहेर पडू द्यायचं आहे, तुमचं बंद पाकीट उघडायचं आहे. त्यासाठी तुम्हाला व्यक्तिमत्त्व चांगल्या प्रकारे जाणून घ्यावं लागेल.

मनुष्यामध्ये व्यक्त आणि अव्यक्त अशी दोन घटकतत्त्वं असतात. व्यक्त तत्त्व म्हणजे व्यक्तित्व. या व्यक्त व अव्यक्त तत्त्वांना जोडणारा पूल म्हणजे गुरुतत्त्व. व्यक्त व अव्यक्त घटकतत्त्वं जोडली जातात, तेव्हाच संपूर्ण व्यक्तिमत्त्वाचा विकास, म्हणजे तेजविकास होऊ शकतो. अन्यथा शारीरिक प्रशिक्षण म्हणजेच व्यक्तिमत्त्व विकास, असं लोक समजतात.

व्यक्तिमत्त्व विकासात दुर्लक्षित राहणारा जो दुवा आहे तो म्हणजे अव्यक्त तत्त्व. अव्यक्त जे जाणून नंतर व्यक्त होतं, ते अद्भुत असतं. अव्यक्तातून अभिव्यक्ती होऊ लागते, म्हणजेच तेजस्थानातून गोष्टी खुलून बाहेर पडू लागतात, तेव्हा जगात नवनवे विक्रम प्रस्थापित होतात. पाकीट उघडतं, तेव्हा तिथून कर्ता-भाव नाहीसा होतो आणि अशक्य गोष्टीही शक्य होऊ लागतात. बंद पाकिटापासून मुक्ती मिळालेल्या मनुष्याला आर्थिक, मानसिक आणि आध्यात्मिक स्वातंत्र्य मिळतं.

उघड्या पाकिटाचा अनुभव घ्याल, तेव्हा तुमच्या लक्षात येईल, की हे पाकीट बंद असताना कशा प्रकारचे विचार येत असतात. मनुष्य स्वतःला सीमित समजत असल्यामुळे त्याच्या मनात केवळ त्याचं शरीर, नोकरी, नातेसंबंध, सामाजिक प्रतिष्ठा यांच्याशी संबंधितच विचार येतात. मात्र त्याचे विचार वैयक्तिक स्वार्थानं प्रेरित आहेत, असं त्याला अजिबात वाटत नाही. उलट त्याला वाटतं, मीच बरोबर आहे. अशा वेळी तो आत्मवंचनेचं पीक घेतो आणि त्याला आत्मवंचनेचंच फळही मिळतं. चला, काही उदाहरणांतून हे समजून घेऊया.

उदाहरण १

एका खांबापाशी एक कुत्रा बसलेला असतो. आसपास खेळणारी मुलं त्याच्या शेपटीला एक दोरा बांधून, दोऱ्याच्या दुसऱ्या टोकाला एक केकचा तुकडा बांधतात. मग दोऱ्याला खांबाभोवती गुंडाळून केक कुत्र्याच्या समोर ठेवतात. केक खाण्यासाठी कुत्रा उठताच त्याची शेपटी तो तुकडा ओढून घेते. म्हणून तो आता खांबाभोवती गोल-गोल गिरक्या घेतो. असं दृश्य कदाचित तुम्हीही पाहिलंच असेल.

कुत्रा केकपाठी धावतोय, मात्र त्याची स्वतःचीच शेपटी त्याला

दूर ओढत असते. त्याला तो केकचा तुकडा कधीच मिळत नाही. हे दृश्य पाहून आजूबाजूचे लोक हसत असतात.

मग तो कुत्रा म्हणतो, 'हा या खांबाचा दोष आहे. खांबामुळे मला केक मिळत नाहीये.'

त्याचं बोलणं शंभर टक्के सत्य वाटतं. पण त्यावेळी जर त्याला कुणी म्हटलं, 'नाही, हे खोटं आहे. खांबाचा यात काहीच दोष नाही,' तर त्याला ते पटणार नाही. लोक हसत असल्याचं पाहून मग तो प्रयत्न करणंही सोडून देतो आणि म्हणतो, 'खांबाचा दोष असल्याने मला आता तो केकच नकोय.'

खांब आणि लोकांचं हसणं या त्याला अडचणी वाटतात. पण असा विचार करून अजाणतेपणे तो आत्मवंचनेचं पीक घेत असतो. वंचना म्हणजे फसवणूक, माया. असा विचार करणं म्हणजे आत्मवंचनेचं पीक घेणं होय, हे त्याला माहीतच नाही.

मात्र प्रकरण इथंच संपत नाही. तो आता गप्प बसून राहतो. तेवढ्यात तिथून दुसरा एक कुत्रा जातो. तेव्हा पहिल्या कुत्र्याच्या मनात विचार येतो, 'मला तर केक खाता येत नाहीये; किमान हा तर खाऊ शकेल. चला, त्याला बोलावूया.'

अशा प्रकारे बोलावण्याचा विचार मनात येऊनदेखील तो त्याला बोलवत नाही, आणि तो दुसरा कुत्रा तेथून निघून जातो.

मग तो कुत्रा विचार करू लागतो, 'बरं झालं, त्याला नाही बोलावलं! तो तर आळशी आहे, कामचुकार आहे, बेपर्वा आहे. माझ्याशी धड बोलतसुद्धा नाही, मला कुठं काय देतो तो? मग मी त्याला का देऊ? राहू देत त्याला उपाशी!'

असा विचार करून त्याला आता आत्मवंचनेचं फळ मिळालं.

अगोदर आलं आत्मवंचनेचं पीक; आता आलं आत्मवंचनेचं फळ. तुमच्या आयुष्यातही असंच काहीसं होत नाहीये ना?

उदाहरण २

एखाद्या नातेवाइकासोबत तुमचं पटत नाहीये. त्याची माफी

मागण्याचा विचार तुमच्या मनात येतो. मग तो तुमच्या समोर येतो, तेव्हा मात्र तुम्ही माफी मागणं टाळता. हे आहे आत्मवंचनेचं पीक. खरं तर माफी मागण्याचा विचार किती सुंदर होता! वास्तविक तो तेजस्थानातून आलेला होता, पण तसं घडलं नाही. आत्मवंचनेचं पीक तर आलं, पण तत्पश्चात आत्मवंचनेचं फळ मात्र तुम्ही थांबवू शकता.

माफी न मागता मनुष्य काय विचार करतो?

बरंच झालं, माफी नाही मागितली ते! तो मनुष्य तर अगदी बेपर्वा, बेजबाबदार आणि कामचुकार आहे. त्याची माफी मागितली, तर तो डोक्यावरच बसेल! मी किती सज्जन आहे, चूक झाली, की लगेच माफी मागतो. नेहमी मीच काय म्हणून माफी मागायची? लोक किती आळशी असतात, चुका करूनही बचावतात आणि माफी मात्र आपल्याला मागावी लागते.

मनुष्याच्या मनात हा विचार यायचं कारण आहे, त्याचं पाकीट बंद असणं. असं होताच तुम्हाला स्मरण व्हायला हवं, की हे आत्मवंचनेचं पीक आहे. ज्याला मदत करण्याचा मी विचार करत होतो, त्यालाच मी दोष देतोय! मी मदत करू शकलो नाही, तर दोष कुणाचा- माझा की त्याचा? पण स्वतःला दोष दिला, तर वाईट वाटेल ना! म्हणून समोरच्याला चूक ठरवणं अधिक उत्तम!

उदाहरण ३

तुमच्या एका मित्राला आर्थिक निकड असते. तुम्हाला वाटलं, की त्याला दहा हजार देऊया, पण देताना मात्र तुम्ही फक्त दोनच हजार त्याच्या हातावर ठेवले. तुम्हाला वाटलं, अगोदर दोन हजार देऊन पाहतो. पैसे घेताना मित्र काही बोलत नाही. खरं तर त्याला अधिक रकमेची आवश्यकता होती. मग तुम्ही अजून दोन हजार रुपये काढून देता. आता मित्राच्या चेहऱ्यावर मंद स्मित उमटतं. मग तुम्ही अजून दोन हजार देता. मित्र म्हणतो, 'मदतीबद्दल धन्यवाद!' खरं तर तुम्ही त्याला दहा हजारांची मदत करणार होतात. पण समोरच्याचा प्रतिसाद पाहून तुम्ही सहा हजारावरच पूर्णविराम दिला. चार हजार परत घेऊन आला. त्यानं आणखी मागितले असते, तर तुम्ही त्याला दहा हजार देणार होता.

इथं आत्मवंचनेचं पीक आलं. कसं? एक तर तुम्ही पूर्ण पैसे दिले नाहीत, उलट त्याच्याबद्दल नकारात्मक विचार करू लागता, 'तो कृतघ्न आहे, कृतज्ञता त्याला माहीतच नाही. अशा लोकांना मदत करूच नये. एवढी मदत पुरे झाली. इतरांवर अवलंबून राहून-राहूनच तो आळशी झालाय!' हे आहे आत्मवंचनेचं फळ!

स्वतःमध्ये डोकावून पाहा. करायचं ठरवता एक आणि करायची वेळ येते, तेव्हा करता काहीतरी भलतंच. योग्य ते न करणं केवळ पीक आहे, पण त्याचा दोष समोरच्याच्या माथी मारणं हे फळ आहे. तुमच्याकडून असं कधी घडतं? यावर मनन करा.

उदाहरण ४

तुम्हाला एखादी गोष्ट माहीत आहे आणि समोरचाही मनुष्य तीच माहिती शोधतोय. आता तुम्हाला वाटतं, की ही माहिती त्याला द्यावी, म्हणजे त्याचं काम सोपं होईल. परंतु तो मनुष्य जेव्हा तुमच्यासमोर येतो, तेव्हा तसा विचार आलेला असूनही तुम्ही जाणून बुजून ती माहिती त्याला देत नाही. उलट तुम्ही म्हणता, 'भटकू दे त्याला इकडं-तिकडं. मला देतो का तो कुठली माहिती? त्याला सगळं आयतं हवं असतं, आळशी कुठला!'

हा आहे बंद व्यक्तिमत्त्वाचा परिणाम! कारण अर्धचेतन मनापासून ते अर्धचेतन मनापर्यंत संदेश जात असतो. म्हणून तुमचं पाकीट जर बंद असेल, तर समोरच्याचंही पाकीट बंद होतं. जे लोक विचार एक करतात, बोलतात दुसरं आणि करतात भलतंच, त्यांनी एकत्र येऊन केलेल्या कामाची निष्पत्ती काय असेल? हे तुम्हीच बघा.

या बंद पाकिटाच्या आत काय असतं? तर यात असते 'माझं बरोबर आहे'ची भावना. मनुष्यात, स्वतःचं सगळंच बरोबर असल्याचे तर्कवितर्क असतात. कारण तो स्वतःला तर्कशुद्ध समजतो. तो म्हणतो, 'मी खरंतर त्याला मदत केली नाही, त्याला माहिती दिली नाही, त्याची प्रशंसा केली नाही, याचं कारण हे आहे, की तो डोक्यावर बसेल!'

सिंदबादला हे सर्व पाहता आलं. त्याच्या मालकाच्या सांगण्यानुसार त्यानं धनुष्यबाण घेऊन वृक्षावर बसून हत्तींची शिकार केली. त्याचबरोबर, मुबलक हस्तिदंत मिळण्याचं ठिकाणही शोधून काढलं. त्यानं ते ठिकाण मालकाला दाखवलं आणि

केवळ मालकच नव्हे, तर अन्य लोकांनाही धनवान बनवलं. त्यानं आत्मवंचनेचं ना पीक घेतलं, ना फळ मिळवलं.

दुहेरी व्यक्तिमत्त्व

मनुष्य स्वतःच्या पाकिटात ए.सी. बसवून घेतो- **'मी बरोबरच आहे'**चा ए.सी., ज्यात त्याला आराम वाटतो. 'मी बरोबरच आहे'ही भावना त्याला अत्यंत सुखावते. आता जर एखादा मनुष्य तुमच्याशी काही चुकीचं वागला, तर तुमच्या मनातील भावना ठाम बनते, 'बघा, मीच बरोबर आहे ना! बरं झालं, मी त्याला मदत केली नाही, बरं झालं, मी माफी मागितली नाही, बरं झालं, मी त्याची प्रशंसा केली नाही. बरं झालं, मी त्याला माहिती दिली नाही, बरोबरच केलं मी! आता मनातील ए.सी.ची हवा येऊ लागलीये! याला म्हणतात, दुहेरी व्यक्तिमत्त्व.

दुहेरी व्यक्तिमत्त्वाच्या व्यक्तीमध्ये एक व्यक्तित्व खुलं असतं, तर एक बंद असतं. बंद व्यक्तित्व हे वेदनादायी व्यक्तित्व असतं; ते दुःखाचं कारण असतं. वेदनादायी व्यक्तित्वाची इच्छा असते, की समोरच्या व्यक्तीनं आपल्याशी चुकीचं वागावं, म्हणजे 'मी बरोबर आहे,' हे मला सिद्ध करता यावं. दुःख, वेदना हे वेदनादायी व्यक्तित्वाचं अन्न आहे - दुःख, वेदना मिळत राहतात, तोवरच ते जिवंत राहू शकतं. लोक जितकं दुखावतात, तितकं 'मी बरोबर आहे'ही भावना दृढ होत जाते. स्वतःला बरोबर मानून मनुष्य आनंदी होतो आणि आयुष्यभर लोक असेच राहतात, हे किती आश्चर्यजनक आहे! हे आहे लपलेलं व्यक्तिमत्त्व! तुम्हाला त्यातून बाहेर पडायचं आहे. स्वतःचंच हे ढोंग उघडं पाडायचं आहे.

परिवारांत तर लोक एक-दुसऱ्यासाठी हेच काम करत राहतात- *'तू माझ्याशी चुकीचं वाग, म्हणजे मी बरोबर असल्याचं मला वाटत राहील, आणि मी तुझ्याशी चुकीचं वागत राहतो, म्हणजे तू बरोबर असल्याचं तुला वाटत राहील.'* दोघं आयुष्यभर सोबत राहतात, पण 'मीच बरोबर; मीच बरोबर' हा विचार करत, एकमेकांना फसवत, त्रास देत राहतात. कशी अजब व्यवस्था करून ठेवलीय मनुष्यानं!

लोकांनी आपल्याशी चुकीचं वागावं, ही मनुष्याची आजची गरज बनलेली आहे. समजा एखाद्याला म्हटलं, 'लोक तुझ्याशी चुकीचं वागतात, याचं कारण तूच आहेस,' तर त्याला ते पटणार नाही. कारण त्याला ते दिसतच नाही. मनुष्य खरंतर कैदेत जगतोय. पण तो कैदेत आहे, हे त्याला समजत नाही; समस्या तर ही आहे, की तो कैदेत आहे, हे त्याला मुळी माहीतच नाही. त्याला जर हे समजलं, तर किमान तो कैदेतून निघायचा प्रयत्न तरी करेल. पण त्याला ते माहीतच नसेल, तर आपल्या बंद पाकिटात,

ए.सी.मध्ये बसून 'मी बरोबर आहे,' हेच तो घोकत राहील.

मात्र तुम्हाला या आत्मवंचनेतून मुक्त व्हायचं आहे. कारण मग त्याची परिणती तुम्हाला आश्चर्यचकित करेल. सर्व लोक खुले होऊ लागतील, तेव्हा नव्या कल्पना, नवे मार्ग, प्रेम, आनंद, मौन, यांच्या उच्च शक्यता खुल्या होऊ लागतील.

प्रेम-ड्राइव्ह

वेदनादायी व्यक्तित्वाला वेदना (पेन) ड्राइव्ह करते. मनुष्याला पेन-ड्राइव्ह नव्हे, तर प्रेम-ड्राइव्ह मिळायला हवा. नव्या तंत्रज्ञानासोबत लोक पेन-ड्राइव्ह वापरतात. आता तुम्ही प्रेम-ड्राइव्ह वापरायला शिका. प्रेम-ड्राइव्हची युक्ती वापरा. संतुष्ट होऊन, यशस्वी होण्यासाठी व्यक्तिमत्त्वात हा गुण येणं आवश्यक आहे.

दुसरी मुक्ती - दुःखद भावनांपासून मुक्ती

सिंदबादनं त्याच्या सहाव्या सफरीत मिळवलेली दुसरी मुक्ती होती- दुःखद भावनांपासून मुक्ती. बंद पाकिटात दुःखद भावना बंद असतात. त्यांच्यापासून मुक्ती मिळवण्यासाठी प्रथम तुम्हाला जाणून घ्यावं लागेल, की तुमचा मूड केव्हा खराब होतो? चेष्टा केव्हा सहन होत नाही? मूड व चेष्टेमुळे तुम्ही केव्हा भावनाप्रधान होता? या सर्वांवर नजर ठेवून प्रथम तुम्हाला स्वतःला समजून घ्यावं लागेल. त्याचं प्रतीकचिन्ह खाली दिलेलं आहे -

हे चिन्ह भावनांवर विजयाचं आहे. मनुष्याच्या भावनांचा आवेग अश्रूंच्या रूपानं बाहेर पडतो. हे नेहमी आढळतं. खरंतर आंतरिक समज सांगत असते, की भावनांमध्ये वाहून जाऊन अश्रू ढाळू नये. त्याऐवजी अश्रूंना आपलं सामर्थ्य बनवायला हवं. तुमच्या अश्रूंना दुःखाहून अधिक श्रेष्ठ उद्दिष्ट द्या, अर्थ द्या. अन्यथा लोक इतके भावूक होतात, की सर्वांना आपलं दुःख सांगत फिरतात. प्रत्येकासमोर आपलं मन मोकळं करत राहतात. लोक अनेकदा याचा गैरफायदा घेतात. म्हणून तुमच्या अश्रूंना योग्य दिशा द्या. अश्रूंना दुःखाहून अधिक उच्च उद्दिष्ट द्या. आपलं रडगाणं लोकांना ऐकवण्यात तुम्हाला आनंद तर होत नाहीये ना, याकडे लक्ष असू द्या. हेच वेदनादायी व्यक्तित्व आहे, जे तुम्हाला समजून घ्यायचं आहे.

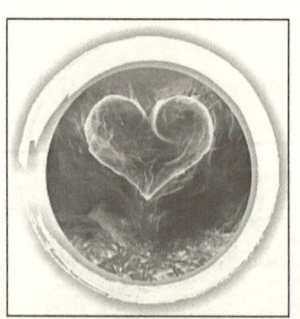

तुमचे अश्रू इतरांसाठी वाया घालवू नका, त्यापेक्षा ते स्वतःसाठी वापरा. अश्रूंनी भिजून जा.

भक्तीचे अश्रू वाहू द्या. तुमचे अश्रू तुम्हाला शुद्ध करतील, बुद्ध बनवतील.

भावनिक आणि बौद्धिक परिपक्वता यांच्या ताळमेळाच्या साहाय्यानं तुम्ही भावनांच्या जाळ्यातून बाहेर पडू शकाल.

सिंदबादनं आपल्या प्रवासातील अडचणींना आपलं सामर्थ्य बनवलं. प्रवासात आलेल्या त्रासदायक अनुभवांना न घाबरता तो पुढे चालत राहिला. कारण त्याचं उद्दिष्ट त्याच्या प्रत्येक वेदनेहून, प्रत्येक यातनेहून श्रेष्ठ होतं.

खाली दिलेला सराव नियमित केल्यानं तुम्ही वर्तमानात राहून दुःखांपासून मुक्त होऊ शकता. त्याचबरोबर तुमची सजगतादेखील वाढेल.

१. सकाळी किंवा रात्री फिरायला बाहेर पडाल, त्यावेळी हा सराव करता येईल.

२. चालत असताना तुमचं लक्ष तुमच्या हातांवर असू द्या.

३. तुमचे हात काय करत आहेत, एवढंच पाहत राहा.

४. तुमचा हात सरळ आहे, वर होतोय, काही करतोय, बोटं हलत आहेत, बस्स... अशा गोष्टीबाबत जागृत राहा.

५. हा सराव भांडी घासताना वा अन्य यांत्रिक कामं करतानादेखील करता येऊ शकतो.

६. या सरावामुळे तुम्हाला वर्तमानात राहण्यास मदत मिळेल.

७. रात्री झोपतानाही तुम्ही हा सराव करू शकता. अंधारातसुद्धा तुमचे हात उशी उचलून कशी बाजूला ठेवतात, पांघरूण ओढून घेतात, हे सजग राहून पाहत राहा. उशी कुठं आहे, पांघरूण कुठं आहे, पांघरूण उलट आहे की सुलट आहे, हे हातांना कसं समजतं? कुठल्या डोळ्यांनी हात हे सगळं पाहू शकतात?

८. हातांना दिसतं, हे तुम्हाला माहीतच नाही. हातांना दिसत असल्याचं पाहा.

याप्रकारे सजग राहून दैनंदिन कामं केल्यानं काही नवीन गोष्टी उजेडात येतील. तुम्हाला शरीर, भावना, विचार यांपासून एक अंतर राखता येऊ लागेल. स्वतःची ओळख होऊ लागेल. मग लोकांच्या तक्रारी, स्वतःची असहायता, अशा गोष्टींपासून तुम्ही मुक्त होऊ लागाल. तुमच्या इच्छा खालच्या पातळीवरून श्रेष्ठ पातळीवर जाऊ लागतील आणि प्रेम-ड्राइव्ह, तुमच्या जीवनाला ड्राइव्ह करू लागेल.

प्रकरण ४

लक्ष विचलित होण्यापासून मुक्ती
विचारांचं कोलेस्ट्रॉल

सातव्या सफरीत सिंदबादला तिसरी मुक्ती मिळाली- 'लक्ष विचलित होण्यापासून मुक्ती.' लक्ष विचलित कसं होतं, ते समजून घ्या. समजा, तुम्ही एखादा विचार करत असता. मग त्या विचारासोबतच दुसरा कुठलातरी विचार येतो. त्याच्यासोबत तिसरा विचार येतो आणि जरा वेळानं तुम्ही हेही विसरून जाता, की या विचारांची सुरुवात झाली तरी कुठून होती! कुठल्या विषयावरून अचानक कुठे पोहोचलो आपण! हे तर असंच झालं ना, 'एक बटा दो, दो बटे चार, छोटे-छोटे विचारों में बँट गया संसार.'

चला, लक्ष विभागलं जाण्याचं एक उदाहरण पाहूया. समजा, तुम्ही निसर्गाच्या सान्निध्यात बसून आजूबाजूची मनोरम दृश्यं पाहत असता. चला, इतक्या सुंदर वातावरणात **त्राटक** ध्यान करूया, असं तुम्हाला

वाटतं. त्याचवेळी तुम्हाला पाण्यावर तरंगत असलेलं **बदक** दिसतं. बदकासोबत पाण्यात काही **पानं** तरंगताना दिसतात.

त्या पानांचा आकार पाहून तुम्हाला वाटतं, की ही पानं **बेलाच्या पानांच्या** आकाराची आहेत. **शिवरात्री**ला आपण शिवलिंगावर चढवतो, ती बेलाची पानं! मागच्या वर्षी शिवरात्रीला एक माणूस शिवलिंगावर दूध अर्पण करू पाहत होता, पण त्याची उंची कमी पडत असल्यानं त्याला **खुर्चीवर** उभं राहून दूध वाहावं लागलं. **पंचतारांकित हॉटेलातल्या खुर्च्या** किती रुबाबदार असतात ना! आणि किती आरामदायक असतात! शिवाय त्यात किती प्रकारच्या अ‍ॅडजस्टमेंटस् करता येतात. आपण अमुक **पंचतारांकित हॉटेलात** गेलो होतो- किती सुंदर होतं ते, सगळी सजावट अगदी एखाद्या राजमहालासारखी! आपलं एकदम राजेशाही थाटात स्वागत झालं होतं, फक्त स्वागताला **हत्ती** नव्हता इतकंच! हत्ती असता, तर राजा-महाराजा असल्यासारखंच वाटलं असतं. **हत्ती पाहावेत, तर ते केरळमधले**. किती रुबाबदार आणि सुंदर असतात. तिथल्या उत्सवांमध्ये ते हत्ती **झेंडा** घेऊन चालतात आणि **झेंडावंदन** तर आपण आपल्या आश्रमात केलं होतं!

विचार कसे चालतात, हे वरील उदाहरणातून तुमच्या लक्षात आलं असेल. त्राटक ध्यानाच्या विचारापासून थेट झेंडावंदनापर्यंत पोचलात. आता एक प्रयोग करा. स्वतःशी प्रश्नोत्तरं करा. विचारा - 'झेंडावंदन कोठून सुचलं? हत्तीवरून... हत्ती कोठून सुचला? पंचतारांकित हॉटेलवरून... पंचतारांकित हॉटेल कोठून सुचलं? खुर्चीवरून... खुर्ची कोठून सुचली? बेलाच्या पानांवरून... बेलाची पानं कशी सुचली? शिवरात्रीवरून... शिवरात्री कशी सुचली? बदकावरून... बदक कोठून सुचलं? त्राटक ध्यानावरून... अशा प्रकारे तुम्हाला बरोब्बर उलट्या दिशेनं जायचं आहे.

हा प्रयोग अधूनमधून करत राहा. त्यातून तुमच्या विचारांची दिशा तुम्हाला कळून येईल. त्यातून तुमच्या विचारांचा ब्लड रिपोर्ट तुम्हाला समजेल. विचारांच्या कोलेस्ट्रॉलची पातळी समजेल, रक्त मुक्तपणे प्रवाहित होतंय, की त्यात कोलेस्ट्रॉलचं (लक्ष विचलित होण्याचं) प्रमाण अधिक आहे, हे तुम्हाला समजेल. त्यासाठी तुम्हाला स्वतःलाच तपासणी करायची आहे - तुमच्या विचारांचा ब्लड रिपोर्ट कोणता? तुमचे विचार निरनिराळ्या दिशांना धावू लागल्याचं दिसताच स्वतःला विचारा, 'मी आत्ता जो विचार करतोय, तो कोठून आला?' याप्रकारे विचारांना रिव्हर्स, मागच्या दिशेला जाऊ द्या.

कित्येकदा लोक आपसांत बोलत असताना त्यांना असा अनुभव येतो. पहिला मनुष्य काहीतरी बोलतो, त्यावरून दुसऱ्याला काहीतरी आठवतं आणि मग चर्चा त्याच विषयावर सुरू होते. अशा प्रकारे एकानंतर एक कित्येक विषय चर्चिले जातात. म्हणून, चर्चा करत असताना अधूनमधून विचारत राहा, 'आपण या विषयावर कसे आलो? आपण तर दुसऱ्या विषयावर बोलत होतो.' असं विचारत मागं-मागं जात राहा. मग तुम्हाला मूळ विषयावर येणं सोपं जाईल. अन्यथा लोक तासन्तास बोलत बसतात आणि शेवटी लक्षात येतं, की मूळ विषय राहिला बाजूलाच!

एखादे वेळी, डोळे बंद करून, विचारांतून विचार कसे येत जातात, हे पाहा. विचारांच्या या साखळीत हे बघा, की लक्ष विभागलं जाणं कोठून सुरू झालं? लक्ष विभागलं जाणं, म्हणजे विचारांचा प्रवाह भरकटणं. पुनःपुन्हा हे तपासून पाहिल्यानं सजगता वाढते. मन एखादा विषय बदलू पाहील, पण तेव्हा ते तुम्हाला लगेच जाणवेल.

सजगता नसेल, तर लोक विचारांतच जगत राहतात; वर्तमानात येऊच शकत नाहीत. म्हणून, कुठल्याही घटना घडत असताना स्वतःला सांगा, 'चला, आता आपण विचारांची विभागणी पाहूया. ही विभागणी कुठं-कुठं झाली आहे?' यातून तुम्हाला तुमच्या विचारांचा रिपोर्ट समजेल. विभागणी दोन ठिकाणी होते - एक विचारांत आणि दुसरी कर्मांत. त्यासाठी प्रतीकचिन्ह आहे- कॅमेरा लेन्स.

ही लेन्स तुम्हाला स्मरण करून देत राहील, की तुमचं लक्ष कुठं विभागलं जात आहे आणि ते तुम्हाला लक्ष कुठे केंद्रित करायचं आहे. चला, एका उदाहरणाद्वारे अधिक चांगल्या रीतीनं हे समजून घेऊया.

एका खोलीत जमिनीवर बसून एक लहान मुलगा हस्तकला करत असतो. त्याच्या आजूबाजूला हस्तकलेसाठी लागणाऱ्या सगळ्या वस्तू ठेवलेल्या असतात. उदाहरणार्थ, ड्रॉइंग शीट, रंगीत कागद, कात्री, फूटपट्टी, पेन्सिल, स्केचपेन्स, खोडरबर, वॉटरकलर, फेविकॉल, इत्यादी. मुलगा मोजमाप घेत असतो, खुणा करतोय, कापतोय, चिकटवतोय. फार व्यग्र आहे. त्याच्या बाजूलाच त्याची आई एक मोठं ताट घेऊन बसलीये. ताटात विविध प्रकारच्या स्वादिष्ट भाज्या वाढलेल्या आहेत. आई एक-एक घास करून मुलाला खाऊ घालत असते. मुलगा घास घेतोय, खातोय आणि त्याचसोबत त्याचं कामही करतोय. हे दृश्य कसं आहे? मुलगा किती आनंदात आहे! हस्तकलेचा, रचनात्मक कार्याचा आनंद तर घेतच आहे. शिवाय सोबत आईच्या हातून

स्वादिष्ट अन्नही ग्रहण करतोय. फार आनंदात आहे. तुमची स्थितीही अशीच आहे, फक्त तुम्हाला ते माहीत नाही एवढंच!

आता काय होतं, की काम करता-करता अचानक मुलाचं लक्ष एका विशिष्ट भाजीवर जातं. 'अरे वा! ही भाजी तर अत्यंत स्वादिष्ट आहे.' आई आळीपाळीने प्रत्येक भाजी घेऊन पोळीसोबत खाऊ घालत असते. आता मुलगा तिरप्या नजरेनं पाहतोय, की त्याच्या आवडत्या भाजीची पाळी आली की नाही. त्याचं लक्ष विभागलं गेलं नव्हतं, तोवर सगळं ठीकठाक चालू होतं. पण आता अचानक काय झालं? आता मुलगा वारंवार बघतोय, 'आईचा हात त्या भाजीच्या जवळ जातोय, जवळ जातोय आणि आता मला त्या भाजीचा घास मिळेल. परंतु अचानक आईनं दुसरीच भाजी घेतली. अरे! आई ही भाजी का घेत नाहीये?'

विचार करून पाहा - या घटनेच्या आधी व घटनेनंतर काय झालं? मुलाच्या कामाची गुणवत्ता कमी झाली, कारण त्याचं लक्ष विभागलं गेलं. मनुष्याचं मन आणि बुद्धी जेव्हा विचलित होतात, कर्माऐवजी फळावर केंद्रित होऊ लागतात, तेव्हा त्याच्या कर्माची गुणवत्ता कमी होत जाते. आता मुलाला मध्येच दिसतं, की आईनं पोळीचा तुकडा त्याच्या आवडत्या भाजीत बुडवला तर खरा, पण तो घास त्याला न देता त्याच्या भावाला खायला दिला. म्हणजे, जे फळ त्याला मिळायचं होतं, ते दुसऱ्याला मिळालं. आता त्या मुलाला काय वाटेल, याचा विचार करा.

या उदाहरणातून तुमच्या चांगलं लक्षात येईल, की जेव्हा कर्मात किंवा विचारांत विभागणी होते, तेव्हा कामाची पातळी घसरते. तुम्हाला याच भरकटण्यापासून, म्हणजे लक्ष विभाजित होण्यापासून सुटका मिळवायची आहे. मुलाची चूक झाल्यानं दृष्टी, लक्ष विचलित झालं - त्याला जणू स्वतःचीच दृष्ट लागली. मनुष्यालादेखील स्वतःचीच दृष्ट लागते - तो विचलित होतो, तेव्हा त्याचं लक्ष कर्मावरून ढळून फळात जाऊन अडकतं. म्हणूनच विचार आणि कर्म यांच्या विभाजनापासून तुम्हाला मुक्त व्हायचं आहे.

त्यासाठी अधूनमधून स्वतःला प्रश्न विचारायला हवेत -

१. मला माझीच दृष्ट (चुकीची प्रार्थना) तर लागत नाहीये ना?

२. माझ्या कर्मांची गुणवत्ता कशी आहे?

३. माझं लक्ष अधिक तर कोणत्या गोष्टीवर जातं?

प्रथम हे लक्षात घ्या, की आई त्या मुलाची व्यवस्थित काळजी घेत असते.

मुलानं अगोदर कुठली भाजी खाल्ली आहे; तिच्यावर उतारा काय आहे; त्या भाजीमुळे वात वाढत असेल, तर तो संतुलित करण्यासाठी आता कुठली भाजी खाऊ घालायला हवी? आईला सर्व काही ठाऊक असतं. पण मनाला मात्र तीच भाजी हवी असते. पण त्या भाजीनं त्रास होईल, हे आई जाणते. ही आहे निसर्गाची काम करण्याची पद्धत! मनुष्याच्या जीवनात काही नकोशा घटना घडल्या, तरी त्या त्याच्या भल्यासाठीच असतात. मात्र मनुष्याला हे गुपित माहीत नसतं.

हे स्पष्ट झालं, तर तो मुलगा पुन्हा त्याच्या हस्तकलेवर लक्ष केंद्रित करून रचनात्मक कामात गढून जाईल. मनुष्याचं लक्ष जे हवंय त्यावर लागेल. बाकीचं तर सगळं स्वतःहून चालतच राहील. हे सौंदर्य आपल्या जीवनात पाहता यावं.

सिंदबादनं आपलं लक्ष एका जागी खिळवून ठेवलं. त्यामुळे तो इतक्या भयंकर, जीवघेण्या परिस्थितींतूनही बचावला. त्याचं लक्ष नेहमी त्याच्या लक्ष्यावर केंद्रित असे. त्याच्या मनात शंकाकुशंका नसत, म्हणून त्याला निसर्गाचं सतत साहाय्य मिळत गेलं. तुम्हीही खालील प्रतीकांतून तुमच्या लक्ष्याला नवं बळ, नवा मार्ग प्रदान करा. यश आणि निसर्गाची मदत तुम्हाला अवश्य मिळेल.

◆ ◆ ◆

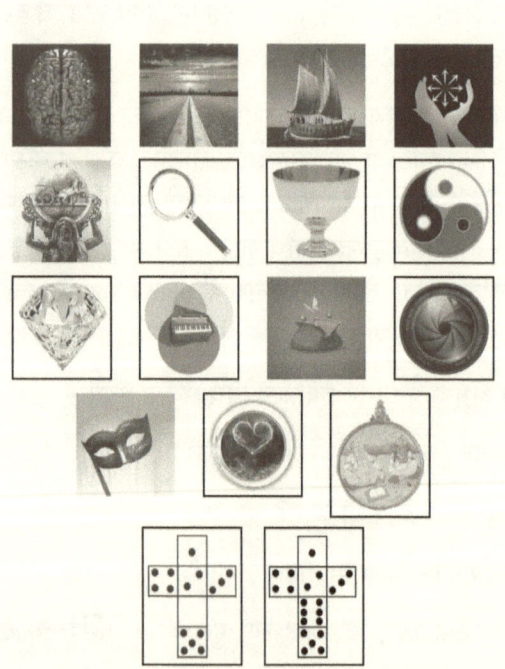

परिशिष्ट १

मुक्ती - १

परिवर्धन (zoom) पॅटर्नपासून मुक्तता

दूरस्थ-रंगहीन दृष्टिकोन

पुढील प्रवासात तुम्हाला परिवर्धन पॅटर्नपासून मुक्ती मिळवायची आहे. **परिवर्धन म्हणजे झूम करून पाहणं, एखाद्या गोष्टीला मोठं करून पाहणं.** त्यासाठी तुम्हाला अगोदर हे समजून घ्यावं लागेल, की तुम्ही जीवनात त्रासदायक अशा कोणकोणत्या गोष्टी किंवा घटना झूम करून पाहता? मेंदूत चालणाऱ्या, झूम करण्याच्या या सवयीला दूर करण्यासाठी तुमच्याकडे कोणती समज हवी, हे खालील उदाहरणातून समजून घेऊया.

आपण जेव्हा बाहेर काही बघतो, तेव्हा इतर लोकांनाही तेच दिसतं का? समजा, लाल किल्ल्यासमोर रामलाल, श्यामलाल व भूरालाल असे तिघे उभे आहेत. तिघंही लाल किल्ल्याकडे पाहत आहेत. जर त्यांना विचारलं, 'तुम्ही काय पाहिलंत?' तर आश्चर्य म्हणजे प्रत्येकाचं उत्तर निराळं असेल. चला, याचं कारण समजून घेऊया.

तुम्ही कुठलीही गोष्ट पाहता, तेव्हा तुमच्या डोळ्यांत तिचं उलटं प्रतिबिंब पडतं आणि मग मेंदूत ते सरळ होतं. कुठलंही दृश्य पाहताना तुमच्या आत अशी प्रक्रिया होत असते. आता विचार करा, आपण एखादं दृश्य किंवा एखादी गोष्ट बाहेर पाहतो की आपल्या आत? आणि जर सगळं काही आतच दिसत असेल, तर जग कुठं आहे – बाहेर की आत? स्पष्टच आहे, की ते आत आहे. त्यामुळे उत्तरदेखील आतूनच येतं.

म्हणून प्रत्येकाचं उत्तर आपापल्या जगानुसार निरनिराळं असतं.

रामलाल, श्यामलाल व भूरालाल लाल किल्ल्याकडे त्यांच्या-त्यांच्या दृष्टीनं पाहत असतात, म्हणून कुणी किल्ल्याच्या एखाद्या भागाला मोठं (झूम) करून पाहतो, तर दुसऱ्या एखाद्या भागाकडे दुर्लक्ष करतो. काही भागांची प्रतिमा त्याच्या आत बनतच नाही. कारण त्याचं लक्ष त्या भागांकडे कधी गेलंच नाही. म्हणजेच, प्रत्येकाच्या आत लाल किल्ल्याचं जे चित्र बनलं, ते भिन्न-भिन्न होतं.

इथं लाल किल्ला हे दुःखांचं प्रतीक आहे. आपण बाहेर जे पाहतो, त्याकडे आंतरिक नेत्रांनी पाहतो. बाहेर एखादी दुःखद घटना दिसते, तेव्हा आत तिचं चित्र कसं उमटतं? आपण त्याला मोठं करून पाहतो का? त्याला अधिक रंगीत करून पाहतो का? घटना घडत असताना पाहतो का? दुःखद घटनेत लोकांनी जे ताशेरे ओढले, ते तुम्ही आवाज वाढवून ऐकता का? स्टिरीओ साउंडमध्ये ऐकता का? नव्याण्णव टक्के लोकांचं उत्तर असेल - 'होय!' हाच आहे परिवर्धन पॅटर्न. या पॅटर्नपासून सुटका करून घ्यायची असेल, तर त्याकडे निराळ्या पद्धतीनं पाहायला हवं. त्यासाठी ही चित्रं कृष्णधवल करून पाहावी लागतील. त्यातील रंग काढून टाकावे लागतील. त्यांच्याकडे जरा दूरवरून पाहावं लागेल.

परिवर्धन पॅटर्नपासून मुक्त होण्यासाठी इथं आय-मास्कचं प्रतीकचिन्ह दिलेलं आहे. ते पाहून तुमच्या लक्षात येईल, की तुम्ही घटनांकडे जास्तच जवळून पाहत आहात.

परिवर्धन पॅटर्नपासून मुक्त होण्याचे उपाय

कधीतरी कुणी तुमचा अवमान केला असेल, उपेक्षा केली असेल, धंद्यात मोठं नुकसान झालं असेल, लग्नकार्यात काही कमी-जास्त झालं असेल आणि त्याचा विचार करून तुम्हाला आजही राग येत असेल, तर तुम्ही परिवर्धन पॅटर्ननं ग्रासलेले आहात. ही दृश्यं तुमच्यामध्ये रेकॉर्ड होऊन पडलेले आहेत. कारण रेकॉर्ड सुरू होतं, तेव्हा ती दृश्यं तशीच दिसू लागतात. अशा वेळी लक्षात घ्या, की समस्येचा लाल किल्ला तुमच्या आत बनलेला आहे. या किल्ल्याकडे परिवर्धन पॅटर्नपासून मुक्त होऊन पाहायचं आहे.

भूतकाळातील पुनःपुन्हा आठवणाऱ्या घटना नजरेसमोर आणा आणि मग त्यांना दूर करून पाहा. घटनांना रंगहीन बनवून पाहा आणि त्यात जे संवाद चालू आहेत, ते डोनाल्ड डकसारख्या एखाद्या कार्टून कॅरेक्टरच्या आवाजात ऐका.

जीवनात घडलेल्या एखाद्या दुःखद घटनेचं वर्णन तुम्ही नेहमी एकाच पद्धतीनं करत असता. पण त्यातही एखादा नवा दृष्टिकोन असू शकतो याचं भान ठेवा. तथापि तुमच्या मेंदूला त्याची सवय नाही. आता त्या घटनेची रेकॉर्डिंग नव्या रीतीनं चालवा. तुम्हाला नवल वाटेल, की नव्या रीतीनं चालवल्यावर ती घटना आठवताना दुःख झालंच नाही. कारण आपण जे काही रेकॉर्ड केलंय, ते त्या वेळेच्या समजेवर अवलंबून होतं. त्यानंतर आपण त्याचं पुनर्निरीक्षण केलंच नाही. अशी समज त्यावेळी हवी.

आता तुम्हाला नव्या रीतीनं त्या रेकॉर्डिंगला रेकॉर्ड करायचं आहे, म्हणजे तुम्हाला परिवर्धन पॅटर्नमधून मुक्त होता येईल. त्यामुळे तुम्हाला भूतकाळापासूनच मुक्तता मिळेल. एकदा हे तंत्र उमगलं, की संपूर्ण आयुष्यातील दुःखं काही क्षणांतच तुम्ही विलीन करू शकाल.

समोरचा मनुष्य काहीतरी म्हणतो आणि आपल्या मेंदूत त्याचा भलताच अर्थ शिरतो. उदाहरणार्थ, एका ट्रेनमध्ये दोन प्रवासी आहेत. जेव्हा त्यांना विचारलं गेलं, 'तुमचं आपसांत नातं काय आहे?' तेव्हा एकानं सांगितलं, 'हा माझा मुलगा आहे.' दुसऱ्यानं सांगितलं, 'हे माझे वडील नाहीत.' चक्रावून गेलात ना? पण दोघंही खरं बोलत आहेत. तुम्ही म्हणाल, दोघं कसे खरं बोलत असतील? त्याचं उत्तर हे, की ते मुलगा व आई आहेत. आई म्हणते, 'हा माझा मुलगा आहे.' मुलगा म्हणतो, 'हे माझे वडील नाहीत.' दोघंही सत्य बोलत आहेत.

आता बघा, उदाहरण वाचता-वाचता तुम्ही तुमच्या मनात एक चित्र बनवलं, की हा संवाद वडील व मुलामध्ये चालू आहे. म्हणून मुलाचं उत्तर ऐकून तुम्ही चक्रावलात व त्याला चूक समजलात. या उदाहरणातून लोक त्यांच्यातर्फे जे सांगत आहेत, पाहत आहेत, ते त्यांच्याजागी बरोबर आहे, पण तुमची रेकॉर्डिंग काहीतरी वेगळी चालू असते, हे समजून घ्या.

घटना ध्यान

परिवर्धन पॅटर्नपासून मुक्त होण्यासाठी तुम्हाला एक ध्यानविधी अंगीकारावी लागेल. ज्यांना हा विषय पूर्ण समजलाय, ते एखादी मोठी घटना पाहतील, तर ज्यांना हा विषय नव्यानं समजू लागलाय, ते एखादी लहानशी घटना पाहतील.

१. आसन अंथरून तुमचे डोळे बंद करा आणि सुखासनाच्या मुद्रेत बसा.

२. तुमच्या दोन्ही हातांचे अंगठे आणि तर्जनी जुळवून, चित्रात दाखवल्याप्रमाणे,

डोळ्याचा आकार बनवा. हे अनिवार्य नाही, पण तुम्हाला स्मरण करून देण्यासाठी उपयुक्त ठरेल.

३. आता एखादी अशी घटना निवडा, जेव्हा कुणीतरी तुम्हाला वाईट बोललं असेल, तुमचं काही नुकसान झालं असेल, जी घटना आठवून तुम्हाला आजही वाईट वाटतं.

४. आय-मास्कची मुद्रा बनवून, दोन्ही हात बांधून निवडलेल्या दुःखद घटनेकडे पाहा. हात बांधणं हे दूरवरून पाहण्याचं (विलग होण्याचं) प्रतीक आहे. स्वतःशी म्हणा, 'मी घटनांना माझ्यापासून दूर करून बघणार आहे.'

५. आता म्हणा, 'मी त्यातील सगळे रंग काढून टाकत आहे. माझ्या जीवनातील दुःखद घटनेला मी कृष्णधवल रूपात पाहत आहे.' मग त्या रंगहीन चित्रांना पाहा.

६. म्हणा, 'आता मी त्या घटनेत चाललेल्या संवादांचा आवाज बदलत आहे. सगळे संवाद कार्टूनच्या आवाजात चाललेले आहेत.' नव्या आवाजांना मजेशीर बनवून ऐकत राहा.

७. घटनांना दूरवरून पाहिल्यानं, त्या रंगहीन झाल्यानं आणि आवाज बदलल्यानं ती घटना आता एखाद्या चित्रासारखी स्तब्ध झाली आहे, असं चित्र पाहा.

८. शेवटी म्हणा, 'या चित्राचं विघटन होत असल्याने ते बर्फ बनून विखुरत चाललं आहे. आता ते ब्रह्मांडात विलीन होत आहे. दूर जाऊन ब्रह्मांडातील एका स्फोटासरशी ते लुप्त होत आहे.' आता ते चित्र कायमस्वरूपी नष्ट होत असल्याचं पाहा.

आता सावकाश डोळे उघडा आणि ती घटना आठवा. काय जाणवतंय? दुःख होतंय? नाही ना, किंवा अत्यंत कमी! म्हणजे **तुम्हाला एका दिवशी बसून तीस, चाळीस, पन्नास वर्षं जुना असलेला कचरा नव्या रीतीनं फेकून द्यायचा आहे. त्यानंतरच स्वातंत्र्याचा अनुभव येईल.** कधी दुःखदायक अशी घटना घडली, तर ते दृश्य नव्या रीतीनं रेकॉर्ड करा. किती अनोखं तंत्र आहे हे! मेंदू किती सामर्थ्यवान आहे, त्यात चित्रं कशी रेकॉर्ड होतात, प्रोग्रामिंग कसे होते, ते समजून घ्या.

हा आहे परिवर्धन पॅटर्नपासून मुक्तीचा मार्ग! ज्यांना या तंत्राचा लाभ झालाय, त्यांनी आता मोठी घटना घेऊन हा ध्यानविधी पुन्हा पार पाडायचा आहे आणि या पॅटर्नपासून मुक्त व्हायचं आहे.

मुक्ती - २
कुदयेपासून मुक्ती
प्रकाशबाण

सत्-मार्गाच्या या प्रवासातील पुढची मुक्ती आहे - कुदयेपासून मुक्तता. चला, कुदया म्हणजे काय, हे जाणून घेऊया.

मनुष्य एखाद्यावर रागावतो, तेव्हा तो त्याला शिव्याशाप देतो आणि जेव्हा एखाद्याची काळजी वाटू लागते, तेव्हा तो त्याच्यावर कुदया करतो. शिव्याशाप काय असतात, हे तर तुम्हाला चांगलं माहीत असेल. पण एखाद्याची चिंता करणंदेखील एका प्रकारे शिव्याशाप देण्यासारखंच आहे. शिव्याशाप आणि कुदया या दोन्हींचा परिणाम एकसारखाच असतो. म्हणून तुम्हाला दोहोंपासून मुक्ती मिळवायची आहे.

कोणत्याही कारणानं कोणालाही शिव्याशाप देण्याची इच्छा झाली, किंवा कुणाविषयी चिंता वाटू लागली, तर मनात लगेच खरी दया आणा. खरी दया म्हणजे **डी.ए.वाय.ए. (DAYA) दिव्य अनुभव योजनेच्या अनुसार.'** समोरच्याविषयी तुमच्या मनात जेव्हा मंगल भावना, मंगल कामना उत्पन्न होते, तेव्हा ती असते खरी दया.

कधी तुमचं मूल, पती किंवा अन्य एखादी जवळची व्यक्ती बाहेर गेलेली असते

आणि ती वेळेवर परतत नाही, तेव्हा तुम्ही चिंतित होता, 'काही भलतंच तर झालं नसेल? एखादी दुर्घटना तर घडली नसेल? मोठ्या ट्रॅफिकमध्ये तर अडकले नसतील? माझं मूल कुणी पळवून तर नेलं नसेल? अरे देवा, काय घडलं असेल?'

ही आहे कुदया, म्हणजे वाईट दया. अशा दयेनं समोरच्याचं नुकसानच होतं. तुमची चिंता जणू चुंबक बनून नकारात्मक घटनांना खेचून आणते. वरकरणी पाहता तुम्ही त्याची काळजी करत असल्याचंच दिसेल, पण वास्तविक तुम्ही त्याला हानी पोहचवत असता. खरंतर हा एक प्रकारचा शापच आहे.

प्रकाशबाण

तुम्ही एखाद्याला शाप देता किंवा कुदया करता, तेव्हा नरकात राहत असता. अज्ञानाच्या अंधकारातच मनुष्य एखाद्यावर कुदया करतो. त्याला माहीत नसतं, की हे नरकात जाण्याचे, म्हणजे अंधाराचे बाण आहेत. 'नरक' या शब्दाला उलट वाचलं, तर एक शब्द बनतो - 'किरण'. किरण म्हणजे प्रकाशाचे बाण. तुम्हाला प्रकाशबाण चालवायचे आहेत, म्हणजे समोरच्या व्यक्तीसाठी मंगल भावना ठेवायची आहे.

आपली मुलं वाईट संगतीला लागू नये, याची चिंता त्यांच्या आईवडिलांना सदैव असते. बहुतेक वेळा असं आढळतं, की मुलांच्या पहिल्या चुकीवरच आईवडील त्याला खूप रागावतात. मग मुलं त्यांना नंतर काही सांगणंच सोडून देतात. त्यामुळे मुलं आता सुधारली आहेत. असा आईवडिलांचा गैरसमज होतो. वास्तविक, त्यांच्या रागावण्यापासून वाचण्यासाठी मुलांनी घरी काही सांगायचंच बंद करून टाकलेलं असतं. म्हणून, इथून पुढं, मनात चिंता उत्पन्न झाली, तर तुम्हाला प्रकाशबाण चालवायचे आहेत. मुलांच्या वाईट सवयींवर तुम्ही म्हणू शकाल, 'तू चूक नाहीयेस; सिगारेट चूक आहे.' हा आहे प्रकाशरूपी बाण.

कुदयेपासून मुक्तीसाठी ही संकेतमुद्रा दिलेली आहे. मुद्रेत हाताचे तळवे दाखवलेले आहेत. ते प्रार्थनेने उघडत आहेत आणि त्यांतून प्रकाशबाण निघून सर्वांकडे पोचत आहेत.

कुणी शिंकलं, की 'गॉड ब्लेस यू' म्हणण्याचा प्रघात अनेक लोक पाळतात. आता बघा, शिंक ही सर्वांत छोटीशी समस्या आहे. निरोगी मनुष्यासदेखील शिंक येतेच ना! जर इतक्या लहानशा समस्येवर 'गॉड ब्लेस यू' म्हटलं

जात असेल, तर शिवीदेखील शिंकेसारखीच आहे ना? समोरचा मनुष्य शिवी देतोय, म्हणजे नेमकं काय करतोय? तर शिंकतोय! शिंकेमुळे नाकात सुरसुरी येते ना? इरिटेशन होतं ना? अशाच प्रकारे, कुणी शिवी दिल्यावर जे इरिटेशन होतं, ते घालवण्यासाठी म्हणा, 'गॉड ब्लेस यू.'

गर्दीत कुणी इतरांना ओव्हरटेक करून पुढं गेलं, की ट्रॅफिकमध्ये अडकलेले लोक नक्की म्हणतात, 'बघा, तो नमुना काय करतोय. थोडाही ट्रॅफिक-सेन्स नाहीये. या मूर्खाला पंतप्रधानाच्या वर घाई आहे!'

मात्र हे अंधाराचे बाण आहेत. तुम्हाला असा अनुभव येईल, तेव्हा चिडचिड करण्याऐवजी म्हणा, 'गॉड ब्लेस यू. तू ज्या कामासाठी इतक्या गडबडीत जात आहेस, ते नक्की होवो!'

काही लोक अंधाराचे बाण स्वतःवरदेखील चालवतात. समजा कुणाचा अपमान झाला, तर तोंडातून शिवी निघते.

मग तो म्हणतो, समोरच्यानं शिवी दिल्यावर मला राग येणं साहजिक आहे ना! असं घडलं, तर कुणीही त्रस्त होईल, स्वाभाविकच आहे!

म्हणजेच, असं बोलून, मनुष्य आपल्या क्रोधाची जबाबदारी झटकून टाकत असतो. स्वतःला सुधारण्याचा विचारही त्याच्या मनात डोकावत नाही. कारण समोरच्यावर दोषारोपण करण्यात तो मग्न असतो.

तो म्हणतो, 'जर काम सांगूनही कुणी करत नसेल, तर वाईट वाटेलच ना?'

ऐकणारे म्हणतात, 'हो, हो, नक्कीच वाटेल.'

मग त्याला आणखी स्फुरण चढतं आणि तो म्हणतो, 'कुणी असं वागलं, तर गप्प कसं राहता येईल? आणि मी गप्प राहिलो, तर तो सुधारेल कसा?'

ही सगळी वाक्यं यासाठी सांगितली जात आहेत, की अशी वाक्यं तुम्ही जेव्हा उच्चाराल, तेव्हा अंधारात बाण मारणं चालू आहे असं समजा.

प्रकाशाचे बाण चालवण्यासाठी 'दिव्य अनुभव योजनेच्या अनुसार' सर्वांसाठी मंगल कामना करा. पाण्यात कचरा दिसताच प्रकाशबाण चालवा, प्रकाशकिरणं पाठवा, मग हळूहळू या गोष्टींतून तुम्ही मुक्त होत जाल.

तुम्ही जेव्हा एखाद्यासाठी मंगल कामना करता, तेव्हा ती त्याच्या अर्धचेतन

मनापर्यंत पोचते. तुम्हाला असा अनुभव आला असेल, की कधी तुम्हाला तुमच्या एखाद्या नातेवाइकाची किंवा मित्राची फार आठवण आली आणि अचानक त्याचा फोन आला. तेव्हा तुम्ही त्यांना सांगता, 'मी आत्ता तुमचीच आठवण काढली होती.' याचाच अर्थ, तुमचा विचार त्याच्या मनापर्यंत पोहोचला, किंवा त्याचा विचार तुमच्या मनापर्यंत पोचला. दोन्हीपैकी काहीतरी झालं, म्हणून दोघं फोनवर एकमेकांना भेटले.

प्रत्येक मनुष्यात एक ऊर्जा प्रवाहित असते. जेव्हा तुम्ही कुणाची आठवण काढता, तेव्हा तो तुमच्यामध्ये प्रवाहित असलेल्या ऊर्जेशी जोडला जातो. लोक शिव्याशाप देऊन नकळतपणे स्वतःसाठी तीच गोष्ट प्राप्त करून घेतात. नकारात्मक ऊर्जा पाठवून नकारात्मक ऊर्जाच मिळवतात. पण तेव्हा त्यांना हे माहीत नसतं, की हे अंधाराचे बाण आहेत. मात्र तुम्ही तुमचं पाकीट उघडं ठेवून प्रकाशबाण चालवायचे आहेत.

जवळच्या नातेवाइकाशी किंवा मित्राशी टेलीपथी चालते, त्याचप्रमाणे शिव्याशाप देण्यातही टेलीपथी चालते. शापासोबत पाठवलेल्या विचाराचा परिणाम त्या व्यक्तीवर होतो. त्याचमुळे सासू-सून, जाऊ, नणंद-भावजय, कर्मचारी-वरिष्ठ यांचं आपसात शीतयुद्ध चालू राहतं. त्यांनी प्रकाशबाण चालवायला सुरुवात केली, तर एका दिवसात वातावरण बदलू शकतं, अचानक ते परस्परांशी चांगलं बोलू लागतील.

एखाद्याशी तुमचं थोडं नकारात्मक नातं असेल, तर समजा शीतयुद्ध चालू आहे. अशा वेळी ध्यानामध्ये त्या मनुष्यास नजरेसमोर आणून काही वाक्यं म्हणायची आहेत. ही वाक्यं म्हणजे जणू प्रकाशबाणच आहेत. चला, आता आपण किरण-ध्यान करूया.

किरण ध्यान

१. निवडलेल्या आसनावर डोळे बंद करून बसा.

२. नरकाची आठवण येताच त्याच्या उलट बोलू लागा. किरण... किरण... किरण...

३. ज्या मनुष्यासाठी तुम्हाला किरण पाठवायचा आहे, म्हणजे दिव्य अनुभव योजनेच्या अनुसार मंगल भावनेनं कामना करायची आहे, त्याला तुमच्या मनःचक्षूसमोर आणून म्हणा, **आता तुम्ही दिव्य प्रकाशकिरणांना शरण जा.**

४. माझी मंगल भावना, कामना आहे, की **तुम्हाला ईश्वराचा आशीर्वाद मिळो; गॉड ब्लेस यू.**

५. तुम्हाला 'दिव्य अनुभव योजनेच्या अनुसार' आरोग्य लाभो.

६. तुमच्या इच्छा, स्वप्नं सहजतेनं पूर्ण होवोत.

७. 'दिव्य अनुभव योजनेच्या अनुसार' तुम्हाला **प्रेम, यश आणि संपन्नता** लाभो.

८. तुम्ही ईश्वराचे अंश आहात; **देवदूत आहात.**

९. तुमचं जीवन **प्रेम, आनंद आणि संतोषानं** भरून जावो.

१०. ईश्वर तुम्हाला, मला व सर्वांना क्षमा करो.

११. कृपया तुम्हीही मला क्षमा करा.

१२. ईश्वर तुम्हाला, मला व सर्वांना सद्बुद्धी देवो.

१३. तुम्ही चूक नाहीत; तुमचं व्यसन चूक आहे.

१४. तुम्ही बरोबर आहात; तुमचा क्रोध चूक आहे.

१५. तुम्ही बरोबर आहात; अहंकार चूक आहे; सवयी चूक आहेत.

१६. तुम्ही तुमच्या वाईट सवयी सोडण्यास सक्षम आहात.

१७. जे झालं, ते होऊन गेलं; विशेष काही नाही.

१८. तुमची समस्या शांततेत सुटेल, तुमचं काम पूर्ण होईल, सगळं ठीक होईल, सगळं सोपं आहे, सगळं जुळून येतंय.

१९. आम्ही तुमचा विनाशर्त स्वीकार करत आहोत. तुमच्यावर असलेलं आमचं प्रेम कधीही कमी होणार नाही.

२०. तुमच्यावर मायेचा परिणाम न होवो; केवळ सत्याचा परिणाम होवो.

२१. ईश्वराने तुम्हाला सगळे सार्थक बोध द्यावेत.

२२. तुम्ही तेजप्रेमाच्या मार्गावर चालावं, अशी माझी मंगल कामना आहे.

मुक्ती - ३

त्रिगुणी सत्यापासून मुक्ती
शाश्वत सत्याशी युक्ती

सिंदबादसोबत चालू असलेल्या साहसयात्रेतील अंतिम पडावात, जी मुक्ती तुमची प्रतीक्षा करत आहे, ती आहे – **त्रिगुणी सत्यापासून मुक्ती.**

त्रिगुणी सत्यापासून मुक्तता मिळवून तुम्हाला शाश्वत सत्यात स्थापित व्हायचं आहे. शाश्वत सत्याप्रत पोचण्यासाठी चला, अगोदर त्रिगुणी सत्य समजून घेऊया.

तुमच्याकडे 'मन'नावाचं एक पाकीट आहे. त्यात काही गोष्टी अडकून पडलेल्या आहेत. त्या तुम्हाला सोडवायच्या आहेत. हे पाकीट बंद असतं, तेव्हा त्रिगुणी सत्य तुमच्या वरचढ ठरतं आणि अडचणी येऊ लागतात. तुमचे विचार संकुचित होतात. म्हणून हे पाकीट (मन) उघडून यातून त्रिगुणी सत्य मुक्त करायचं आहे. मनुष्याच्या जीवनात तीन त्रिगुणी सत्यं आढळतात, ती अशी-

पहिलं त्रिगुणी सत्य : टाइम रिॲलिटी (काळाचं वास्तव).

दुसरं त्रिगुणी सत्य : स्पेस रिॲलिटी (स्थळाचं वास्तव).

तिसरं त्रिगुणी सत्य : पर्सनल रिॲलिटी (वैयक्तिक वास्तव).

ही तिन्ही सत्यं मनाच्या कैदेतून मुक्त करायची आहेत. ही तीन सत्यं म्हणजे मायेचा

भुलावा आहे. त्यांच्यावर मायेनंच मात करायची आहे. चला, हे उदाहरणांतून समजून घेऊया.

वैयक्तिक वास्तव : वांग्याची भाजी खाल्ल्यावर एका मनुष्याचं पोट दुखतं. मग तो सगळ्यांना सांगत फिरतो, वांगं खाल्ल्यानं पोट दुखतं; ते खाऊ नका. पण हे सत्य आहे का? तुम्हा सर्वांना माहीत आहे, की हे सत्य नाही. डॉक्टर एखाद्याला मुद्दाम वांगं खायला सांगतील, असंही होऊ शकतं. कारण वांगं हाच त्याच्या रोगावरचा इलाज असेल! म्हणून वांग्याचं सेवन सर्वांसाठी वर्ज्य ठरवता येणार नाही. वांगं खाल्ल्यावर ज्याचं पोट दुखतं, त्याचं ते वैयक्तिक वास्तव आहे, पर्सनल रिॲलिटी आहे.

काळाचं वास्तव : फार पूर्वी लोकांची अशी धारणा होती, की पृथ्वी गोल तर आहे, पण पोळीसारखी चपटी आहे. धर्मग्रंथांतदेखील असंच लिहिलेलं होतं. मात्र पृथ्वी चेंडूसारखी गोल आहे. हे त्या काळी लोकांना माहीत नव्हतं. म्हणून ज्यांनी पृथ्वी चेंडूसारखी गोल असल्याचं वास्तव सांगितलं, त्यांना तुरुंगात डांबलं गेलं. कारण त्या काळातील 'सत्य' हेच होतं, की पृथ्वी चपटी आहे. परंतु आज सर्वजण पृथ्वी चेंडूसारखी गोल आहे हे जाणतात. काळासोबत सत्य बदलतं, ही आहे टाइम रिॲलिटी!

प्राचीन काळी सती प्रथा होती. पतीच्या मृत्यूनंतर त्याची पत्नी मृत पतीच्या चितेवर प्राण त्यागत असे, सती जात असे आणि ही समाजमान्य प्रथा होती. हे त्या काळचं वास्तव होतं, पण आज तो गुन्हा आहे. आज एखाद्या स्त्रीला सती जायला सांगणं गुन्हा ठरेल. काळासोबत बदलतं, ते खरं सत्य नव्हे, ती टाइम रिॲलिटी आहे.

स्थळाचं वास्तव : येशूनी त्यांच्या काळात अनेक चमत्कार केले. एकदा एका उत्सवात त्यांनी पाण्यापासून मद्य बनवलं. खरंतर त्या काळी, त्या स्थळी, त्या क्षेत्रातील लोकांसाठी तो चमत्कारच होता. पण आज त्याची व्याख्या निराळी असेल. जागा बदलल्यानं जे वास्तव बदलतं, ते वास्तव नव्हे; ती आहे स्पेस रिॲलिटी.

व्यक्ती, काळ व स्थळ यांच्यासोबत जे सत्य बदलतं, ते त्रिगुणी सत्य असतं. या तिन्हीच्या पल्याड जे आहे ते **शाश्वत सत्य**. यावर पूर्णपणे विश्वास बसला, तरच मिळेल कट्टरतेपासून मुक्ती. बहुतांश लोक त्यांच्या मतांशी, विचारधारेशी इतके बांधलेले असतात, की ते इतर कुणाचं म्हणणं मानायला तर सोडाच, ऐकायलाही तयार नसतात. ही मानसिक कट्टरता आहे. त्यांना वाटतं, 'जे मला माहीत आहे, तेच बरोबर आहे.' म्हणून आज धर्माच्या नावावर इतकी भांडणं होत असतात. लोक कट्टर बनल्यानं परस्परांचे शत्रू बनलेत. लोकांच्या विचारांत जराही लवचिकता नाही. मात्र तुम्हाला त्रिगुणी सत्यापासून मुक्त व्हायचं आहे, म्हणजे लवचिक बनायचं आहे. मग ती ती गोष्ट त्या काळाचं वास्तव वैयक्तिक वास्तव, स्थळाचं वास्तव आहे, हे तुम्हाला कळेल. मग

तुम्ही धर्म, जात, विचार यांतील भिन्नतेमुळे भांडण करण्यास प्रवृत्त होणार नाही.

या तिहींच्या पलीकडे असलेलं सत्य म्हणजे शाश्वत सत्य. त्याची मुद्रा इथं दिलेली आहे. ती तुमच्यासाठी स्मरणचिन्हाचं काम करेल. तुम्हाला आठवण करून देत राहील, की शाश्वत सत्य हे त्रिगुणी सत्याच्या पल्याड आहे. मात्र आपल्याला शाश्वत सत्यात स्थिर व्हायचं आहे. शाश्वत सत्य काळ, स्थळ, मनुष्य यांच्यासोबत बदलत नाही. ते कुठल्याही ठिकाणी राहणाऱ्या, कुठल्याही जातीच्या, कुठल्याची राशीच्या लोकांसाठी एकसमान असतं.

आजवर तुम्ही मनुष्याचे षड्रिपू ऐकलेत - काम, क्रोध, मद, लोभ, मोह, मत्सर. आता त्यात कट्टरताही सामील करा. आता तुमचे सात शत्रू आहेत, हे जाणा- काम, क्रोध, कट्टरता, मद, लोभ, मोह, मत्सर. या कट्टरतेपायी लोक किती चुका करत आहेत, किती वळणं घेत आहेत. हे त्यांच्या लक्षात येत नाही.

आता तुम्ही जेव्हा कधीही सहा विकारांच्या मुक्ततेविषयी बोलाल, तेव्हा कट्टरतेचीही आठवण ठेवा. तिला दूर करायचा प्रयत्न करा. या विकारातून मुक्त होण्यासाठी ही जाण ठेवा, की मनुष्य दिखाऊ सत्यात अडकलेला असतो, म्हणून तो आपली विचारधारा सोडू शकत नाही. अज्ञानामुळे तो कट्टर बनतो. पण त्याला जर शाश्वत सत्याची जाण आली, तर तो आपलं तुणतुणं वाजवणं बंद करू शकेल. तो स्वीकार भावनेनं, शांत, संतुलित जीवन जगत जो जसा आहे, त्याला तसाच पाहू शकेल. स्वतःचं असं एखादं लेबल लावणार नाही.

प्रत्येक मनुष्यात रज, तम व सत्व हे तीन गुण कमी-जास्त प्रमाणात असतात. त्यामुळे प्रत्येकाचं वर्तन निराळं असतं आणि प्रत्येक जण स्वतःच बरोबर असल्याचं दाखवून देण्यात गढलेला असतो. ही मायेची रीत आहे लोकांना भ्रमित करण्याची, पण आता तुम्ही भ्रमित होऊ नका. तुम्ही त्वरित स्वतःला सांगा, की हे त्रिगुणी सत्य आहे. शाश्वत सत्याचं प्रतीकचिन्ह पाहून मेंदूत नवा मार्ग घडवा.

त्रिगुणी सत्यापासून मुक्तीचे उपाय

काळाच्या वास्तवापासून मुक्त होण्यासाठी वेळेसोबतच प्रयोग सुरू करूया. इथून पुढं, एक वाजून एक मिनिटानं, दोन वाजून दोन मिनिटांनी, तीन वाजून तीन मिनिटांनी अशा दर तासाला स्वतःला प्रश्न विचारा, या तासात मी मायेत गुरफटून जगलो, की जागृतीमध्ये जगलो? मी कोण आहे? मागील तास जर मी स्वतःला विसरून जगलो असेन, तर येणारा तास मी वास्तवात राहून जगेन.

तुम्ही असं दर तासाला करू शकत नसाल, तरी चालेल. पण ठामपणे ठरवून ही सवय जडवून घ्यायचीच आहे. रात्रीच्या आठ तास झोपेत याची आवश्यकता नाही. कारण तिथं तुम्ही काळाच्या पल्याड असता - समाधीत, समयाआधी! समाधीत व झोपेत तुम्हाला याची आवश्यकता नाही. आता उरले सोळा तास.

यात ठरवून घ्या, की दिवसातल्या सोळा तासांत कमीत कमी आठ वेळा तरी तुम्ही सत्याचं स्मरण कराल. शब्द निरनिराळे असू शकतात. कुणी त्याला नमाज म्हणेल, कुणी प्रार्थना म्हणेल, कुणी दुवा म्हणेल, तर कुणी प्रेयर व मेडिटेशन म्हणेल. नाव काहीही द्या, पण दिवसात आठ वेळा तर हे करायचंच आहे.

मनाला बहाणे सांगायची सवय असते. मनुष्य विचार करतो, 'आत्ता वेळ नाहीये पुढच्या तासात बघतो. आज खूप काम होतं, उद्या व्यवस्थित करतो. आज तर शक्य झालंच नाही, उद्यापासून नक्की सुरू करेन.' पण मनाच्या भुलाव्याला बळी पडू नका. स्वतःला सांगा, 'मला मेंदूत नवा मार्ग घडवायचाच आहे. मी दिवसात आठ वेळा दर तासानं हे सत्य जाणून घेईन, 'मी आत्ता कोण आहे' आणि दिवसात आठ वेळा जर हे नाही करू शकलो, तर रात्री जेवणार नाही.'

जर तुम्हाला रात्री आठ वाजता जेवण्याची सवय आहे आणि तोपर्यंत आठ वेळा हे झालं नाही, तर जेवणाची वेळ तास-दोन तासांनी पुढं ढकला. या दरम्यान आठ वेळा स्वतःला प्रश्न विचारण्याचा तुमचा निर्धार पूर्ण करा.

अशा प्रकारे नव्या मार्गास, नव्या सवयींना निवडून तुम्ही मेंदूत नवे मार्ग घडवू शकाल. मग सत्-मार्गावर चालत असताना क्षितिज दूर राहणार नाही!

○ ○ ○

हे पुस्तक वाचल्यानंतर आपला अभिप्राय कृपया या पत्त्यावर अवश्य पाठवा.
Tej Gyan Global Foundation,
Pimpri Colony Post Office, P.O.Box 25, Pune-411017. Maharashtra (India).

'सरश्रीं'द्वारे रचित इतर पुस्तकं

क्षमेची जादू
क्षमेचं सामर्थ्य जाणा, सर्व दुःखांपासून मुक्त व्हा

Also available in Hindi & English

पृष्ठसंख्या : १७६ | मूल्य : ₹ १५०

तुम्ही स्वतःवर प्रेम करता का? तुम्हाला सदैव आनंदी राहायचं आहे का? तुमचे कौटुंबिक, सामाजिक, व्यावसायिक नातेसंबंध मधुर आणि दृढ करायचे आहेत का? तुम्हाला जीवनात यशाचं शिखर गाठायचं आहे का?

या सर्व प्रश्नांची उत्तरं होकारार्थी असतील, तर तुम्हाला केवळ एकच शब्द म्हणायला शिकायचं आहे तो म्हणजे 'सॉरी' 'मला माफ करा.' सॉरी, क्षमा, माफी... शब्द कोणतेही असो, मनःपूर्वक माफी मागितल्याने जीवनात चमत्कार घडू लागतात, तुमचं अंतःकरण (इन-साफ) शुद्ध, स्वच्छ होतं. एवढंच नव्हे, तर तुमची मागील सर्व कर्मबंधनं नष्ट होऊन, भाग्योदय होतो. प्रस्तुत पुस्तकाद्वारे आपण हीच क्षमेची जादू शिकणार आहोत.

आत्मविश्वास आणि आत्मबळ
यशाचं शिखर गाठणारे पंख

Also available in Hindi

पृष्ठसंख्या : २०० | मूल्य : ₹ १६०

'व्यक्तिमत्त्व विकास' हा आजच्या जगातला परवलीचा शब्द! पण व्यक्तिमत्त्व विकास म्हणजे केवळ बाह्यविकास नसून 'आत्मविकास' हीच त्याची पहिली पायरी आहे. आत्मविकास साधण्यासाठी अनिवार्य असणारा गुण म्हणजे 'आत्मविश्वास'. प्रस्तुत पुस्तक केवळ विद्यार्थ्यांसाठी किंवा आत्मविश्वासाचा अभाव असणाऱ्यांसाठी लिहिलं नसून, विश्वातल्या प्रत्येक मनुष्यासाठी या पुस्तकाची निर्मिती करण्यात आलीय. विद्यार्थी, शिक्षक आणि गृहिणी यांपासून ते व्यावसायिकांपर्यंत आणि आजच्या युवापिढीपासून ते आध्यात्मिक मार्गावर वाटचाल करणाऱ्या साधकांपर्यंत सर्वांसाठी हे पुस्तक म्हणजे यशाचा पासवर्डच!

इमोशन्स वर विजय

दुःखद भावना व्यक्त करण्याची कला

Also available in Hindi

पृष्ठसंख्या : १६८ | मूल्य : ₹ १६०

मनुष्य केवळ वयाने मोठा झाला म्हणून तो परिपक्व बनत नाही, तर भावनांमुळे विचलित न झाल्याने, निर्धाराने त्यांचा सामना करून, योग्य रीतीने त्यांच्याकडे पाहण्याची कला शिकूनच तो परिपक्व बनतो.

मनुष्य भावनांतून मुक्त होण्याचे दोनच मार्ग अवलंबतो. पहिला- भावना दाबून ठेवणे आणि दुसरा, भावनांमुळे निर्माण झालेला प्रक्षोभ इतरांवर बरसणे. मात्र वरील दोन पद्धतींशिवाय आणखी काही अचूक आणि परिणामकारक पद्धती या पुस्तकात उद्धृत करण्यात आल्या आहेत. त्यांचा अवलंब करून भावनांच्या जंजाळातून मुक्त होऊन आपण निश्चितच प्रेम आणि सौहार्दपूर्ण जीवन जगू शकाल.

स्वसंवाद एक जादू

आपला रिमोट कंट्रोल कसा प्राप्त करावा

Also available in Hindi & English

पृष्ठसंख्या : २०८ | मूल्य : ₹ १६०

कोणी आपली प्रशंसा केली आणि म्हटले, 'तुम्ही होता म्हणून काम झाले नाहीतर हे काम होणे शक्यच नव्हते.' अशा प्रकारे आपली स्तुती झाली तर काय होईल? अशा वेळी अनेकांना रात्रभर झोप येत नाही. त्यांना ते प्रशंसनीय बोल वारंवार आठवतात. एखाद्याने जर आपली चूक दाखविली तर ते आपल्याला त्रासदायक ठरते. कोणी आपली निंदा केली तर आपल्याला वाईट वाटते. आपण स्वतःच आपला रिमोट इतरांच्या हाती देवून त्यांच्याकडून ही अपेक्षा बाळगतो, की 'त्यांनी रागाचे नव्हे तर प्रशंसेचे बटण दाबावे.' माझा रिमोट कंट्रोल प्रत्येक क्षणी माझ्याच हाती कसा असावा...' हेच या पुस्तकाचे मुख्य उद्दिष्ट आहे, मुख्य लक्ष्य आहे.

एक अल्प परिचय
सरश्री

स्वीकार मुद्रा

सरश्रींचा आध्यात्मिक शोधाचा प्रवास त्यांच्या बालपणापासूनच सुरू झाला होता. हा शोध सुरू असतानाच त्यांनी अनेक प्रकारच्या पुस्तकांचं अध्ययन केलं. त्याचबरोबर या शोधकाळात त्यांनी अनेक ध्यानपद्धतींचा अभ्यासही केला. त्यांच्यातील या जिज्ञासेने त्यांना अनेक वैचारिक आणि शैक्षणिक संस्थांमध्ये जाण्यासाठी प्रेरित केलं. जीवनाचं रहस्य समजण्यासाठी त्यांनी प्रदीर्घ काळ मनन करून आपलं शोधकार्य सातत्याने सुरू ठेवलं. **या शोधातूनच त्यांना 'आत्मबोध' प्राप्त झाला.** आत्मसाक्षात्कारानंतर त्यांना जाणवलं, की अध्यात्माचा प्रत्येक मार्ग ज्या शृंखलेने जोडलेला आहे, तो म्हणजे **'समज'** (Understanding). आत्मबोधप्राप्तीनंतर त्यांनी अध्यापनाचं कार्य थांबवलं आणि जवळ जवळ दोन दशकांहूनही अधिक काळ आपलं समस्त जीवन मानवजातीच्या कल्याणासाठी आणि आध्यात्मिक विकासासाठी अर्पण केलं.

सरश्री म्हणतात, ''सत्यप्राप्तीच्या सर्व मार्गांचा प्रारंभ जरी वेगवेगळ्या मार्गांनी होत असला, तरी सर्वांचा अंत मात्र एकच समज प्राप्त केल्याने होतो. ही **'समज'च सर्व काही असून ती स्वतःमध्ये परिपूर्ण आहे.** आध्यात्मिक ज्ञानप्राप्तीसाठी या 'समजे'चं श्रवणच पुरेसं आहे.'' ही समज प्रकाशमान करण्यासाठी आजपर्यंत त्यांनी **आध्यात्मिक विषयांवर तीन हजारांहून अधिक प्रवचनं दिली आहेत.** या प्रवचनांद्वारे ते अध्यात्मातील अतिशय गहन संकल्पना सहज, सुलभ आणि व्यावहारिक भाषेत समजावून सांगतात. समाजातील प्रत्येक स्तरावरील मनुष्य सरश्रींद्वारे सांगितल्या जाणाऱ्या या समजेचा लाभ घेऊ शकतो.

ही समज प्रत्येकाला आपल्या अनुभवातून प्राप्त व्हावी, यासाठी सरश्रींनी **'महाआसमानी परमज्ञान शिबिर'** आणि त्यासाठी आवश्यक असणारी कार्यप्रणाली (सिस्टिम) तयार केली. **तिचा लाभ आज लाखो लोक घेत आहेत.** या प्रणालीला आय.एस.ओ. (ISO 9001:2015) प्रमाणपत्रही लाभलंय. या प्रणालीमुळेच

अनेकांना सत्यमार्गावर वाटचाल करण्याची प्रेरणा मिळाली आहे. या समजेचा प्रचार आणि प्रसार करण्यासाठी त्यांनी 'तेजज्ञान फाउंडेशन' या आध्यात्मिक संस्थेचा पाया रचला. **'हॅपी थॉट्सद्वारे उच्चतम विकसित समाजाची निर्मिती करणे,'** हेच या संस्थेचं मुख्य उद्दिष्ट आहे.

विश्वातील प्रत्येक मनुष्य आज सरश्रींच्या मार्गदर्शनाचा लाभ घेऊ शकतो. त्यासाठी कोणत्याही धर्म, जात, उपजात, वर्ण, पंथ वा लिंग यांचं बंधन नसतं. विश्वाच्या प्रत्येक कानाकोपऱ्यांतील लोक आज 'तेजज्ञान'च्या अनोख्या ज्ञानप्रणालीचा (System for Wisdom) लाभ घेत आहेत. याच व्यवस्थेचा आणखी एक महत्त्वपूर्ण भाग म्हणजे, **दररोज सकाळी आणि रात्री ९ वाजून ९ मिनिटांनी लाखो लोक विश्वशांतीसाठी प्रार्थना करत आहेत.**

बेस्ट सेलर पुस्तक 'विचार नियम' शृंखलेचे रचनाकार म्हणूनही सरश्रींना ओळखलं जातं. **केवळ पाच वर्षांच्या कालावधीत या पुस्तकाच्या १ कोटीपेक्षा अधिक प्रती वितरित** झाल्या आहेत. याशिवाय आजवर त्यांनी विविध विषयांवर **१०० हून अधिक पुस्तकं लिहिली** आहेत. त्यांपैकी 'विचार नियम', 'स्वसंवाद एक जादू', 'शोध स्वतःचा', 'स्वीकाराची जादू', 'निःशब्द संवाद एक जादू', 'संपूर्ण ध्यान' इत्यादी पुस्तकं बेस्ट सेलर झाली आहेत. ही पुस्तकं दहापेक्षा अधिक भाषांमध्ये अनुवादित असून, पेंगुइन बुक्स, हे हाउस पब्लिशर्स, जैको बुक्स, मंजुळ पब्लिशिंग हाउस, प्रभात प्रकाशन, राजपाल अॅण्ड सन्स, पेंटागॉन प्रेस आणि सकाळ प्रकाशन इत्यादी प्रमुख प्रकाशन संस्थांद्वारे ती प्रकाशित झाली आहेत.

तेजज्ञान फाउंडेशन परिचय

तेजज्ञान फाउंडेशन आत्मविकासातून आत्मसाक्षात्कार प्राप्त करण्याचा एक मार्ग आहे. यासाठी सरश्रींद्वारा एक अनोखी बोधप्रणाली (System for Wisdom) निर्माण झाली आहे. या प्रणालीला आंतरराष्ट्रीय प्रमाणपत्राद्वारे ISO 9001:2015च्या आवश्यकतेनुसार आणि निकष पडताळून सरळ, व्यावहारिक आणि प्रभावी बनवलं गेलं आहे.

या संस्थेच्या प्रबोधनपद्धतीच्या भिन्न पैलूंना (शिक्षण, निरीक्षण आणि गुणवत्ता) स्वतंत्र गुणवत्ता परीक्षकांद्वारे (Quality Auditors) क्रमबद्ध पद्धतीने पडताळलं गेलं. त्यानंतर या पैलूंना ISO 9001:2015 साठी पात्र समजून या बोधपद्धतीला हे प्रमाणपत्र प्रदान करण्यात आलं.

या फाउंडेशनचे लक्ष्य आहे नकारात्मक विचारांकडून सकारात्मक विचारांकडे वाटचाल. सकारात्मक विचारांकडून शुभ विचारांकडे म्हणजे हॅपी थॉट्सकडे प्रगती. शुभ विचारांकडून निर्विचार अवस्थेकडे मार्गक्रमण आणि निर्विचार अवस्थेच्या अंती आत्मसाक्षात्कार प्राप्ती. 'मी सर्व विचारांपासून मुक्त व्हावे' हा विचार म्हणजे शुभु विचार (हॅपी थॉट्स). 'मी प्रत्येक इच्छेपासून मुक्त व्हावे', अशी इच्छा म्हणजे शुभ इच्छा.

तेजज्ञान म्हणजे ज्ञान व अज्ञान या दोहोंच्या पलीकडचे ज्ञान. पुष्कळ लोक सामान्य ज्ञानाच्या (General Knowledge) माहितीलाच ज्ञान मानतात. परंतु अस्सल ज्ञान आणि नुसती माहिती यांत फार मोठे अंतर आहे. आजमितीला लोक सामान्य ज्ञानाच्या उत्तरांनाच जास्त महत्त्व देतात. अशा ज्ञानाचे विषय म्हणजे कर्म आणि भाग्य, योग आणि प्राणायाम, स्वर्ग आणि नरक इत्यादी. आजच्या युगात सामान्यज्ञान प्राप्त करणारे लोक, शिक्षक मोठ्या प्रमाणावर आहेत; परंतु हे ज्ञान ऐकून जीवनात परिवर्तन घडून येत नाही. असे ज्ञान म्हणजे केवळ बुद्धिविलास आहे किंवा अध्यात्माच्या नावावर चाललेला बुद्धीचा व्यायाम आहे.

सर्व समस्यांवरील उपाय आहे तेजज्ञान. क्रोध, चिंता आणि भय यांपासून मुक्त जीवन म्हणजे तेजज्ञान. शारीरिक, मानसिक, सामाजिक, आर्थिक आणि आध्यात्मिक प्रगतीचा, सर्वांगीण प्रगतीचा मार्ग आहे तेजज्ञान. तेजज्ञान आपल्या अंतरंगात आहे. येथे या आणि या गोष्टीचा अनुभव घ्या.

आपल्याला असे ज्ञान हवे आहे, की जे सामान्य ज्ञानापलीकडे आहे, जे प्रत्येक समस्येवरील उत्तर आहे, जे प्रत्येक समजुतीपासून, गृहीत धारणांपासून आपल्याला मुक्त करते, ईश्वरी साक्षात्कार घडविते, अंतिम सत्यात स्थापित करते. आता वेळ आली आहे शाब्दिक, सामान्यज्ञानातून बाहेर येऊन तेजज्ञानाचा अनुभव घेण्याची!

आजवर जप-तप, तंत्र-मंत्र, कर्म-भाग्य, ध्यान-ज्ञान, योग-भक्ती असे अनेक मार्ग अध्यात्मात सांगितले आहेत. या सर्व मार्गांनी प्राप्त होणारी अंतिम समज, अंतिम ज्ञान, बोध एकच आहे. अंतिम सत्याच्या शोधकाला, साधकाला शेवटी जी एकच 'समज' प्राप्त होते, ती 'समज' श्रवणानेसुद्धा प्राप्त होऊ शकते. अशा समजप्राप्तीसाठी श्रवण करणे यालाच तेजज्ञान प्राप्त करणे म्हटले गेले आहे. तेजज्ञानाच्या श्रवणाने सत्याचा साक्षात्कार घडतो, ईश्वरीय अनुभव मिळतो. हेच तेजज्ञान सरश्री महाआसमानी शिबिरात प्रदान करतात.

महाआसमानी परमज्ञान
शिबिर परिचय आणि लाभ (निवासी)

तुम्हाला सर्वोच्च आनंद हवाय? असा आनंद, जो कोणत्याही बाह्य कारणावर अवलंबून नाही... जो प्रत्येक क्षणी वृद्धिंगत होतो. या जीवनात तुम्हाला प्रेम, विश्वास, शांती, समृद्धी आणि परमसंतुष्टी हवी आहे का? शारीरिक, मानसिक, सामाजिक, आर्थिक आणि आध्यात्मिक अशा आयुष्याच्या सर्व स्तरांवर यशस्वी होण्याची तुमची इच्छा आहे का? 'मी कोण आहे' हे तुम्हाला अनुभवाने जाणावंसं वाटतं का?

तुमच्या अंतर्यामी अशा सर्व प्रश्नांची उत्तरं जाणण्याची इच्छा आणि 'अंतिम सत्य' प्राप्त करण्याची तृष्णा असेल, तर तेजज्ञान फाउंडेशनतर्फे आयोजित 'महाआसमानी शिबिरा'त तुमचं स्वागत आहे. हे शिबिर सरश्रींच्या मार्गदर्शनावर आधारित आहे. सरश्री, आजच्या युगातील आध्यात्मिक गुरू असून, ते आजच्या लोकभाषेत अत्यंत सहजपणे आध्यात्मिक समज प्रदान करतात.

महाआसमानी परमज्ञान शिबिराचा उद्देश :

विश्वातील प्रत्येक मनुष्यानं 'मी कोण आहे', या प्रश्नाचं उत्तर जाणून तो सर्वोच्च आनंदाच्या अवस्थेत स्थापित व्हावा, हाच या शिबिराचा मुख्य उद्देश आहे. प्रत्येकाला

असं ज्ञान प्राप्त व्हावं, जेणेकरून त्यानं प्रत्येक क्षणी वर्तमानात जगण्याची कला आत्मसात करावी. तो भूतकाळाचं ओझं आणि भविष्याची चिंता यांतून मुक्त व्हावा. प्रत्येकाच्या आयुष्यात कधीही न संपणारा आनंद आणि योग्य समज यावी. शिवाय, प्रत्येकानं समस्या विलीन करण्याची कला आत्मसात करावी. थोडक्यात, मनुष्यजन्माचा उद्देश सफल व्हावा, हाच या शिबिराचा उद्देश आहे.

'मी कोण आहे? मी येथे का आहे? मोक्ष म्हणजे काय? या जन्मातच मोक्षप्राप्ती शक्य आहे का?' असे प्रश्न जर तुमच्या मनात असतील, तर त्यांवरील उत्तर आहे- 'महाआसमानी परमज्ञान शिबिर'.

महाआसमानी परमज्ञान शिबिराचे मुख्य लाभ :

वास्तविक या शिबिराचे लाभ तर असंख्य आहेत; पण त्यांपैकी मुख्य लाभ पुढीलप्रमाणे-

* जीवनात शक्तिशाली ध्येय निश्चित होतं
* 'मी कोण आहे' हे अनुभवाने जाणता येतं (सेल्फ रियलायजेशन)
* मनाचे सर्व विकार विलीन होतात.
* भय, चिंता, क्रोध, बोरडम, मोह, तणाव या नकारात्मक बाबींतून मुक्ती
* प्रेम, आनंद, मौन, समृद्धी, संतुष्टी, विश्वास अशा दिव्य गुणांशी युक्ती
* साधं, सरळ पण शक्तिशाली जीवन जगता येतं
* प्रत्येक समस्येचं निराकरण करण्याची कला प्राप्त होते
* 'प्रत्येक क्षणी वर्तमानात जगणं' हा तुमचा स्वभाव बनतो
* आपल्यातील सर्व सकारात्मक शक्यता खुलतात
* याच जीवनात मोक्षप्राप्ती होते

महाआसमानी परमज्ञान शिबिरात सहभागी कसं व्हाल?

या शिबिरात सहभागी होण्यासाठी तुम्हाला खालील बाबींची पूर्तता करायची आहे-

१. तुमचं वय कमीत कमी अठरा किंवा त्यापेक्षा अधिक असायला हवं.

२. सर्वप्रथम तुम्हाला 'सत्य-स्थापना' (फाउंडेशन ट्रुथ रिट्रीट) शिबिरात सहभागी व्हावं लागेल. या शिबिरात, तुम्ही प्रामुख्यानं दोन बाबी शिकाल- प्रत्येक क्षणी वर्तमानात जगण्याची कला कशी आत्मसात करावी आणि निर्विचार अवस्था कशी प्राप्त करावी.

३. प्राथमिक स्तरावर तुम्हाला काही प्रवचनं ऐकायची असून, त्यांतून तुम्ही मूलभूत समज आत्मसात कराल आणि महाआसमानी शिबिरात प्रवेश करण्यासाठी तयार व्हाल.

हे शिबिर साधारणपणे एक-दोन महिन्यांच्या अंतराने आयोजित करण्यात येतं. यात हजारो सत्यशोधक सहभागी होतात. या शिबिराची तयारी दोन पद्धतींनी करू शकता. पहिली पद्धत- मनन आश्रम, पुणे येथे ५ दिवसीय शिबिरात भाग घेऊ शकता. दुसरी पद्धत- तेजज्ञान फाउंडेशनच्या जवळच्या सेंटरवर जाऊन सत्यश्रवणाद्वारेही करू शकता. महाराष्ट्रात अहमदनगर, सातारा, औरंगाबाद, नाशिक, नागपूर, वर्धा, अमरावती, चंद्रपूर, यवतमाळ, कोल्हापूर, सांगली, रत्नागिरी, लातूर, बीड, नांदेड, परभणी, पनवेल, मुंबई, ठाणे, सोलापूर, पंढरपूर, जळगाव, अकोला, बुलढाणा, धुळे, भुसावळ आणि महाराष्ट्राबाहेर सुरत, अहमदाबाद, बडोदा, नवी दिल्ली, बेंगलुरू, बेळगाव, धारवाड, रायपूर, भुवनेश्वर, कोलकाता, रांची, लखनौ, कानपूर, चंदीगढ, जयपूर, चेन्नई, पणजी, म्हापसा, भोपाळ, इंदोर, इटारसी, हर्दा, विदिशा, बुऱ्हाणपूर या ठिकाणी महाआसमानी शिबिराची पूर्वतयारी करू शकता.

तेजज्ञान फाउंडेशनमध्ये उपलब्ध असणाऱ्या सरश्रीलिखित पुस्तकांचं वाचन करून तुम्ही या शिबिराची पूर्वतयारी करू शकता. याशिवाय, तुम्ही रेडिओ किंवा यू ट्युबवरील सरश्रींच्या प्रवचनांचा लाभही घेऊ शकता. पण लक्षात घ्या, पुस्तकांतील ज्ञान, रेडिओ आणि यू ट्युबवरील प्रवचनं म्हणजे 'तेजज्ञानाची तोंडओळख' आहे; 'संपूर्ण तेजज्ञान' मुळीच नाही. तुम्ही महाआसमानी शिबिरात सहभागी होऊनच तेजज्ञानाचा आनंद घेऊ शकता. तेव्हा आगामी महाआसमानी शिबिरात सहभागी होण्यासाठी आजच संपर्क करा- 09921008060/75, 9011013208

महाआसमानी परमज्ञान शिबिरस्थान :

हे शिबिर पुण्यातील मनन आश्रम येथे आयोजित केलं जातं. येथे तुमच्या निवासाची आणि भोजनाची व्यवस्था केली जाते. तुम्हाला काही शारीरिक व्याधी असतील आणि त्यासाठी जर तुम्ही नियमितपणे औषधं घेत असाल, तर शिबिरात येताना ती सोबत बाळगावीत. शिवाय, वातावरणानुसार गरम कपडे, स्वेटर, ब्लँकेटही आणावं.

पुणे शहरापासून १७ किलोमीटर अंतरावर अत्यंत निसर्गरम्य परिसरात मनन आश्रम वसलेला आहे. आश्रमात महिला आणि पुरुष यांच्या निवासाची स्वतंत्र व्यवस्था असून येथे जवळपास ८०० लोकांच्या राहण्याची व्यवस्था आहे. आपण हवाईमार्ग, हायवे किंवा रेल्वे अशा कोणत्याही मार्गाने पुण्यात येऊ शकता.

मनन आश्रम : मनन आश्रम, पुणे, सर्व्हे नं. ४३, सणस नगर, नांदोशी गाव, किरकटवाडी फाटा, तालुका- हवेली, जिल्हा- पुणे- ४११०२४. फोन- 09921008060

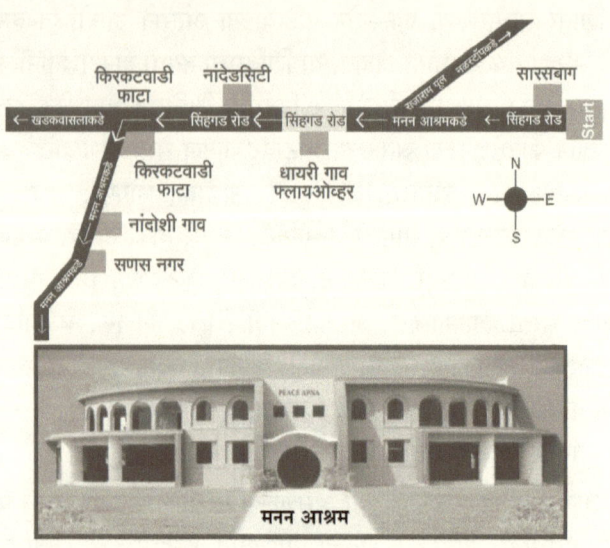

N
W
E

आता एका क्लिकवर शिबिराची नोंदणी!

आता तुम्ही पुढील शिबिरांसाठी **ऑनलाइन** नोंदणी करू शकता.

महाआसमानी परमज्ञान शिबिर परिचय आणि लाभ (५ दिवसीय निवासी शिबिर)

मॅजिक ऑफ अवेकनिंग (केवळ इंग्रजी भाषिकांसाठी ३ दिवसीय महाआसमानी शिबिर)

आध्यात्मिक नींव स्थापना (किशोरवयीन मुलांसाठी मिनी महाआसमानी निवासी शिबिर)

www.tejgyan.org

❋ तेजज्ञान इंटरनेट रेडिओ ❋

तेजज्ञान इंटरनेट रेडिओद्वारे २४ तास ३६५ दिवस, सरश्रींच्या प्रवचन आणि भजनांचा लाभ घ्या. त्यासाठी पाहा लिंक-
http://www.tejgyan.org/internetradio.aspx

विविध भारती F.M. वर दर रविवारी
सकाळी १०:०५ ते १०:१५ वा.

नोट : या कार्यक्रमांच्या वेळेत बदल झाल्यास नोंद ठेवावी.

www.youtube.com/tejgyan च्या साहाय्यानेदेखील सरश्रींच्या प्रवचनांचा लाभ घेऊ शकता.
For online shoping visit us - www.tejgyan.org,
www.gethappythoughts.org

आपणास हवी असलेली पुस्तकं घरपोच मिळण्यासाठी मनीऑर्डर पाठवा. ही पुस्तकं आमच्या खर्चाने रजिस्टर्ड पोस्ट, कुरिअर आणि व्ही.पी.पी.द्वारे पाठवली जातील. त्यासाठी खालील पत्त्यावर संपर्क साधावा.

वॉव पब्लिशिंग्ज् प्रा. लि.

*रजिस्टर्ड ऑफिस : E-4, वैभव नगर, तपोवनमंदिराजवळ, पिंपरी, पुणे -४११०१७
* पोस्ट बॉक्स नं. ३६, पिंपरी कॉलनी, पोस्ट ऑफिस, पिंपरी-पुणे - ४११०१७
फोन नं. : 09011013210 / 9623457873
आपण पुस्तकांची ऑर्डर ऑनलाईनही देऊ शकता.
लॉग इन करा - www.gethappythoughts.org
५०० रुपयांहून अधिक किमतीची पुस्तकं मागवल्यास १०% सूट मिळेल आणि डिलिव्हरी फ्री.

तेजज्ञान फाउंडेशनच्या मुख्य शाखा

पुणे : (रजिस्टर्ड ऑफिस)
विक्रांत कॉम्प्लेक्स, तपोवन मंदिराजवळ, पिंपरी,
पुणे : ४११ ०१७. फोन : (०२०) २७४१२५७६, २७४११२४०

मनन आश्रम :
सर्व्हे नं. ४३, सणस नगर, नांदोशी गांव, किरकटवाडी फाटा,
तालुका : हवेली, जि. पुणे: ४११ ०२४.
फोन : ०९९२१००८०६०

e-books
The Source • Complete Meditation • Ultimate Purpose of Success • Enlightenment I Inner Magic • Celebrating Relationships • Essence of Devotion • Master of Siddhartha • Self Encounter and many more.
Also available in Hindi at gethappythoughts.org

Free apps
U R Meditation & Tejgyan Internet Radio on all platforms like Android, iPhone, iPad and Amazon

e-magazines
'Yogya Aarogya' & 'Drushtilakshya'
emagazines available on www.magzter.com

e-mail
mail@tejgyan.com

Website
www.tejgyan.org, www.gethappythoughts.org

www.ingramcontent.com/pod-product-compliance
Lightning Source LLC
LaVergne TN
LVHW041221080526
838199LV00082B/1347
* 9 7 8 9 3 8 7 6 9 6 8 1 5 *